कफन

आणि इतर अनुवादीत कथा

दिलीपराज प्रकाशन प्रा.लि.[TM]

२५१ क, शनिवार पेठ, पुणे - ४११०३०.

दिलीपराज प्रकाशनाची सर्व पुस्तके आता आपण Online खरेदी करू शकता. आमच्या Website ला कृपया अवश्य भेट द्या. www.diliprajprakashan.in

दूरध्वनी क्रमांक (फॅक्ससहित) - २४४४१७२३, २४४८३९९५, २४४९५३१४

Email : - info@diliprajprakashan.in

कफन

आणि इतर अनुवादीत कथा

सदानंद सिनगारे

दिलीपराज प्रकाशन प्रा. लि.™
२५१ क, शनिवार पेठ, पुणे - ४११०३०

कफन आणि इतर अनुवादित कथा / Kafan

ISBN - 978 - 93 - 5117 - 092 - 1

प्रकाशक । राजीव दत्तात्रय बर्वे । मॅनेजिंग डायरेक्टर
दिलीपराज प्रकाशन प्रा. लि.
२५१क, शनिवार पेठ, पुणे ४११०३०
दूरध्वनी:२४४८३९९५, २४४७१७२३ (सर्व फॅक्ससहित)

प्रकाशन दिनांक : १५ नोव्हेंबर २०१५

प्रकाशन क्रमांक : २२४५

मुद्रक । Repro India Ltd,
Mumbai.

टाइपसेटिंग । सौ. मधुमिता राजीव बर्वे ।
पितृछाया मुद्रणालय
९०९ रविवार पेठ, पुणे ४११००२

मुद्रितशोधन । श्री. म. जोशी

मुखपृष्ठ । शिरीष घाटे

'आपल्या दृष्टीतून समाज वास्तव साकारणाऱ्या
या संग्रहातील सर्व कथाकारांना'

प्रस्तावना

श्री. सदानंद सिनगारे मराठी साहित्यात स्थिरावलेलं असं नाव आहे. त्यांनी आपल्या आजवरच्या प्रवासात विविध वाङ्मय प्रकार हाताळलेले आहेत. त्यात प्रामुख्यानं कविता, कथा, कादंबरी, ललित लेखन व भारतीय डाक पत्रांचा इतिहास हा संकीर्ण असा संस्कृती ऐवज मराठीतून सिद्ध केला आहे. त्यांना वरील पुस्तकांकरता विविध पुरस्कारही लाभले आहेत. एवढं त्यांचं स्थिरावलेपण मराठी वाचकांना ज्ञात आहे. ते एक सकारात्मक जाणिवेचे अस्वस्थपण लाभलेले लेखक आहेत. हा अस्वस्थ असण्याचा पैलू त्यांना स्वस्थ बसू देत नव्हता, म्हणून इतर भाषेतून चांगलं लेखन मराठीमध्ये आणण्याच्या ध्यासातून 'कफन आणि इतर अनुवादित कथा' या पुस्तकाची निर्मिती झाली. या कथा भारतातील विविध भाषांमध्ये अनुवादित झाल्या आहेत. मराठी भाषेमध्येही या कथा अनुवादित झाल्या असतील, हे सांगता येत नाही. परंतु मराठीत आपल्या लेखनाच्या लकबीद्वारे शैलीतूनही त्या आल्या पाहिजेत हा त्यांचा प्रामाणिक प्रयत्न या कथा वाचताना कौतुकास्पद वाटतो. त्यांच्या लेखन निष्ठेबद्दलचा आदर द्विगुणित होतो. ही गोष्ट महत्त्वाची आहे.

श्री. सदानंद सिनगारे यांनी कथेसाठी निवडलेला अवकाश पंजाबी, उर्दू, बंगाली, हिंदी या भाषांमधला आहे. त्यांनी निवडलेले लेखक रमेश गुप्त, आशापूर्णा देवी, भीष्म सहानी, रईसा जिलानी, अमृता प्रीतम, मुन्शी प्रेमचंद, शरद उपाध्याय ही त्या त्या भाषेमधली दिग्गज मंडळी आहेत. या भाषांशी व तिच्या संस्कृतीशी त्यांचा कोणत्याही अर्थानं संबंध नाही, या कथांच्या संदर्भामध्ये त्यांची आस्था केवळ हिंदीमध्ये प्रस्तृत केलेल्या लेखनावर पोसलेली असतानाही, मराठीमध्ये अनुवादासाठी प्रवृत्त होते, याचं संपूर्ण यश त्या त्या लेखकांच्या सामाजिक परिवेशात, घटितात दडलेलं आहे असं म्हणावेसे वाटते. कथांच्या

मूळ भाषेमध्ये असलेला सामाजिक जाणिवेचा स्तर, कलात्म भान, कोणत्या पातळीचं असेल, याची कल्पना येते. या कथांमधील बाज या लेखकाला आपल्या भाषेत खुणावत असला पाहिजे, त्यातून झपाटल्याची ही निर्मिती आहे. आपल्याला भाषानुभवाच्या पातळीवर जाणवलेलं दुसऱ्या भाषेतील वास्तव, आपल्याही अवकाशात असावं, असं प्रत्येक लेखकालाचं वाटत असलं पाहिजे म्हणून अनुवाद प्रक्रिया ही महत्त्वाची गोष्ट आहे. त्या दृष्टीने हिंदी या लोकभाषेचं अनन्यसाधारण महत्त्व आहे. ही अनुवादाची आस्था या भाषेने पूर्ण केली आहे.

अनुवाद ही दोन्ही भाषेतील वास्तवाला विविध संस्कृती संगमातून जवळ नेणारी प्रक्रिया आहे. तिचं असणं मानवी सुखदु:खाला अधोरेखित करणारं वैभव आहे. फ्रान्झ काफ्का म्हणतो,'काहींना वाटतं की भाषा ही जणू आपल्या स्वत:ची मालमत्ता आहे. तिचा ते तसा वापर करतात. पण भाषा तर जिवंत असणाऱ्यांना सीमित काळापुरती, उसनवार दिलेली असते...तिचा उपयोग करावा इतकचं आपल्यासाठी असतं. वस्तुत: ती दिवंगत पूर्वजांची असते, ती तशी अजून जन्माला येणाऱ्यांची असते. तिच्यावर हक्क दाखवणाऱ्यांनी हे ध्यानीमनी ठेवलंचं पाहिजे. भाषेचा अपराध केला, तर मानवी भावनेचा आणि अंत:करणाचा अपराध घडला असं समजा. त्यामुळे जगावर काळोखी अरिष्ट येतं, बर्फ युगाची झडप येते.'

म्हणून भाषेचं महत्त्व आणि अनुवादाची प्रक्रिया केवळ दोन भाषा समोरासमोर ठेवणं नसून, तो दोन संस्कृतींना जोडणारा साकव असतो, हे विसरता येत नाही. त्यामुळे या दोन्ही भाषेमधील सांस्कृतिक देवाणघेवाण अमोल असा ठेवा मूळ स्वरूपात पोहोचणं आत्यंतिक गरजेचं असतं. गोष्ट अशी आहे की, जगातील अनेक भाषांमधील चांगली पुस्तकं इंग्रजीतून अनुवादित होत असतात, कारण ती मोठी विनिमय भाषा आहे. इंग्रजीतून इतर सर्व जगातील भाषांमध्ये तिच्या वकुबाप्रमाणे ती पसरत जातात. जेव्हा आपण आपल्या भाषेत अनुवादासाठी घेत असतो, तेव्हा तिहेरी अनुवाद प्रक्रियेमधून थेट आपल्यापर्यंत आलेली असतात. संस्कृती मीलनाचा मोह आपणांस आवरता येत नाही. आपल्या आनंदातून अज्ञात अशा संस्कृतीचा वेध घेताना मूळ संस्कृतीमधील महत्त्वाचे आयाम हरवून जाण्याची शक्यता अधिक असते. त्यातील अनुभव विश्वाची प्रत अंधूक होण्याची भीती नाकारता येत नाही. कोणत्याही भाषेतील लेखनाला त्या त्या भाषिक अवकाशामधील वैशिष्ट्यपूर्ण सांस्कृतिक खाणाखुणा असतात. त्या त्याच प्रभावानं व्यक्त होणं महत्त्वाचं आहे. हे कितपत घडते हा ज्याचा त्याच्या भाषिक संचिताचा

वकुबाचा प्रश्न आहे आणि तो या क्रियेमधील महत्त्वाचा असा घटक आहे.

साहित्यकृतीचा आस्वाद ही सहसर्जक अशी प्रक्रिया आहे. कोणत्याही कलाकृतीची आस्वाद प्रक्रीया लक्षात घेतांना, सौंदर्य वस्तुपर्यंत नेणारे घटक विचारात घेतांना एक मूलभूत गोष्ट आपणास निश्चित करणं गरजेचं आहे. आपल्याला कलावृत्तींच्या मूळ अस्तित्वाचा विचार अधिक अभिप्रेत आहे. जेणेकरून कलाकृतीचं मूळ स्वरूप हरवू नये. त्यामुळे आस्वादाची परिपूर्ती होणं कठीण जातं.

श्री. सदानंद सिनगारे यांनी अनुवादाचं काम चोखपणे, प्रामाणिक आस्थेपोटी शुद्ध करण्याचा प्रयत्न केला आहे. त्याचं परिश्रम निश्चितच उल्लेखनीय आहेतच. इतर भाषेतील कथाविश्व सामान्य वाचकाच्या पदरात पाडणं हा महत्त्वाचा ज्ञानयज्ञ आहे, हा त्यांच्या हातून घडला आहे. त्यांच्या पुढील प्रवासास माझ्या शुभेच्छा. धन्यवाद.

- दा. गो. काळे

(संपादक 'अतिरिक्त' अनियतकालिक)

मनोगत

अनेकविध भारतीय भाषांतील कथासाहित्य मराठीच्या वाचकांना उपलब्ध करून देण्याचा हा माझा पहिलाच प्रयत्न. पंजाबी, उर्दू, बंगाली, हिंदी, अशा विविध भाषांतून हिंदी भाषेत अनुवादित झालेल्या कथा प्रामुख्याने या संग्रहात घेतलेल्या आहेत. अन्य भारतीय भाषांतील सकस व संस्कारक्षम साहित्य मराठी वाचकांच्या सेवेत रुजू करावे, हा त्यामागे उद्देश आहे.

यातील कथालेखक हे राष्ट्रीय स्तरावर मान्यताप्राप्त लेखक म्हणून नावाजलेले आहेत. ज्ञानपीठ पुरस्कारांसह अन्य पुरस्कार प्राप्त असे हे लेखक समाजाला दिशादर्शक म्हणून जगद्विख्यात आहेत. त्यांची कर्मभूमी असलेल्या प्रांतांची संस्कृती व लोकजीवन त्यांच्या कथांमधून प्रतिबिंबित होते. या भाषेतील साहित्य त्या भाषेत अनुवादित होऊन विविध संस्कृतीची ओळख व्हावी, हा एकमेव उद्देश या अनुवादाच्या प्रयत्नाच्या मुळाशी आहे.

या सर्व कथेतील नायक व त्यांचे कार्य व विचार एकसारखेच आहेत. ते सर्व आदर्शाचे प्रतीक आहेत, परंतु तरीही आपापले वैशिष्ट्य राखून आहेत. त्यांचे कर्तृत्व हे समाजातील सर्वसामान्यांच्या वरच्या स्तरातले आहे.

साहित्य हे समाजजीवनाचा आरसा आहे, असे म्हटले जाते. कथासाहित्याला जीवनातूनच प्रेरणा मिळत असते. कुठे ना कुठे कथानायक हा समाजातच वावरत असतो. त्याच्या अवतीभोवतीच्या लोकांचे आचार, विचार व कृती या कथाकृतीला कच्चा मसाला पुरवीत असतात. केवळ कल्पनाविलासाच्या जोरावर कथा घडते यावर माझा विश्वास नाही. सत्यता अथवा संस्काराचा धागा हे कथेचे सूत्र विणत असतो.

या संग्रहातील १५ कथा या अशाच जीवनाचे सत्य सांगताना दिसतात. जीवनातील संघर्ष या लेखकांनी मांडलेला आहे. जीवनातील आनंद व दुःख

त्यांनी ताकदीने शब्दांकित केले आहेत. माणूस या आनंदाचा उत्सव साजरा करतो, तसेच दु:खाचेही प्रदर्शन मांडतो. भावना एकच असते, भाषेचे माध्यम तेवढे बदलते. हा आनंद वा हे दु:ख सार्वकालिक आहे. त्याला प्रांत, देश अशा सीमा नाहीत. मराठीतही अशा श्रेष्ठ कलाकृती आहेत.

मी शालेय शिक्षण घेत असतानाच हिंदीचे श्रेष्ठ लेखक मुन्शी प्रेमचंद माझ्या वाचनात आले. वाचनाची आवड वृद्धिगंत होत गेली तसे आशापूर्णा देवी, अमृता प्रीतम, भीष्म सहानी, रईसा जिलानी व रमेश गुप्त हे लेखक वाचनात आले. या सर्वांच्या कथालेखन शैलीचा निश्चितच माझ्यावर प्रभाव पडला. या वाचनात लेखकांच्या कथा मराठीत अनुवाद करण्याचे मनावर घेतले. आधी या कथा 'अनुष्टुभ,' 'सत्याग्रही विचारधारा,' लोकशाही वार्ता,' 'तरुण भारत,' 'आनंद गंधाली,' 'लोकसंवाद,' 'देशोन्नती,' 'गावकरी' मधून प्रकाशित झाल्या. त्या सर्व संपादकांचे आभार.

- सदानंद सिनगारे

कफन

आणि इतर अनुवादित कथा

अनुक्रमणिका

१. निर्दोष

मुरलीधर 'सारख्या' मितभाषी, सुसंस्कृत व मृदु स्वभावी सेक्रेटरीनं इतकं संतापावं, याची मी कल्पनाही केली नव्हती. एक शांत, संयमी आणि अंतर्बाह्य शीतल अधिकारी अशी त्यांची ख्याती होती. भल्याभल्यांचा राग त्यांच्या केबिनमध्ये गेल्यावर शांत होत असे. कामात घाई म्हणून कधी नव्हतीच. त्यांनी त्रागा केल्याचं कुणी कधीच अनुभवलेलं नव्हतं.

हा माणूस सत्याचा भोक्ता होता, चारित्र्य, शील जपणारा होता. एक पापभीरू माणूस म्हणून त्यांना आदराचं स्थान होतं. त्यांच्या-विषयी सहकाऱ्यांच्या मनात आदर होता आणि भीतीही.

ही भीती व आदर त्यांच्यामधल्या प्रामाणिकता व नैतिकतेमुळे वाटत होता. ते जसं बोलत तसंच वागत आणि आपल्या कुटुंबातील व कार्यालयातील लोकांनीही तसंच वागावं अशी त्यांची रास्त अपेक्षा होती.

आज त्यांनी मला ताबडतोब केबिनमध्ये यायला फर्मावलं होतं. मला काही अंदाज येत नव्हता. आपल्या वर्तणुकीतून काही चूक, तर झाली नाही ना अशी शंकाही माझ्या मनात क्षणभर डोकावली.

त्यांनी मला तातडीनं बोलावणं धाडलं होतं. तसंच काही महत्त्वाचं काम असावं. त्याशिवाय सेक्रेटरी साहेबांनी इतक्या तत्परतेनं बोलावणं धाडलंच नसतं. मी हातातलं काम बाजूला ठेवून लगबगीनं त्यांच्या केबिनमध्ये गेलो.

केबिनमध्ये प्रवेश करताच मला दिसला तो त्यांचा रागानं लालबुंद झालेला चेहरा. ते केबिनमध्ये इकडून तिकडं फेऱ्या मारत होते.

निर्दोष / १३

त्यांच्या त्या अस्वस्थ रूपाला पाहून मी संभ्रमात पडलो. काय झालं असावं नेमकं? काहीच अंदाज येत नव्हता.

मी त्यांना नमस्कार केला व विनम्रतेनं म्हणालो, "साहेब, तुम्ही मला बोलावलंत?"

"होय मिस्टर प्रसाद, बसा."

काही क्षण असेच शांततेत गेले. माझी उत्सुकता ताणली जाऊ लागली. मुरलीधरन साहेब स्वत:शीच बोलू लागले. म्हणाले,

"काय जमाना आला बघा, एवढे ज्येष्ठ अधिकारीसुद्धा आपल्या पदाची प्रतिष्ठा व मोठे-पण सांभाळू शकत नाहीत, नैतिकता पाळत नाही. इतरांचं सोडा, पण मिस्टर पंडितांकडून तरी मी अशा गोष्टींची अपेक्षा बाळगून नव्हतो."

मिस्टर मुरलीधरन ओठातल्या ओठात पुटपुटत होते. ते पुढे म्हणाले,

"काही झालं तरी पंडित एक कर्तबगार अधिकारी आहेत. आपली इमानदारी, कर्तव्यकठोरता आणि शिस्तीसाठी ते प्रसिद्धही आहेत, तरीही त्यांनी असं करावं?"

मुरलीधरनसाहेबांच्या या स्वगतातून मला कशाचाच बोध होत नव्हता. अखेरीस न राहवून मी विचारलंच, "सर, काय घडलं काय असं?"

मुरलीधरनसाहेब क्षणभर गप्प बसले. गंभीर चेहरा तसाच ठेवून म्हणाले,

"त्यांच्या विरुद्ध एक निनावी तक्रार आली आहे." असं म्हणत त्यांनी माझ्या हातात एक लिफाफा दिला.

"निनावी तक्रार?" मी ओठातल्या ओठात पुटपुटलो आणि विचार करू लागलो.

प्रशासकीय कारभारात अधिकारी किंवा कर्मचारी यांच्याविरुद्ध निनावी तक्रारी येणं, या आता सर्वसाधारण गोष्टी झाल्या आहेत. अनेक तक्रारीत बरेचदा काहीच तथ्य नसतं. त्यातील मजकुराशी कशाचाच आधार नसतो. बहुतेक त्या अकारण स्पर्धेतून आणि व्यक्तिद्वेषातून केलेल्या असतात. सरकारी नियमानुसार अशा निनावी तक्रारीवर कारवाई करू नये, खरे तर त्यांची दखलच घेऊ नये.

असं असताना मुरलीधरनसाहेब एवढे विचलित का बरं झाले? कळत नाही.

मी ती तक्रार लक्षपूर्वक वाचली. कुण्या अज्ञात व्यक्तीनं, ज्येष्ठ अधिकारी

पंडित यांच्यावर, ते एका नवतरुणीच्या प्रेमाच्या भानगडीत पडल्याचा गंभीर आरोप केला होता. पंडितसाहेब जेव्हा केव्हा दिल्लीला जातात तेव्हा त्या २० ते २२ वर्षांच्या मुलीला सार्वजनिक ठिकाणी भेटतात, कधीकधी सिनेमालासुद्धा घेऊन जातात, असंही पुढे लिहिले होतं.

''वाचलं आपण मि. शर्मा? हे मिस्टर पंडित आजन्म अविवाहित राहिले. त्यांचं वय आता ५० च्या वर असेल. मी त्यांना सुरुवातीपासून सांगत होतो की, 'पंडित लग्न करा, असं अविवाहित राहाणं हे निसर्ग नियमांच्या विरुद्ध आहे. आता नाही, परंतु वय ओसरताना तुम्हाला कळायला लागेल.'

''तसंच झालं ना! पंडितासारख्या वयाची पन्नाशी ओलांडलेल्या प्रौढ व ज्येष्ठ जबाबदार अधिकारी माणसानं आपल्या मुलीच्या वयाची शोभेल अशा तरुणीशी प्रणयचाळे करावेत? हे त्यांच्या वयाला आणि पदाला शोभतं काय?''

''परंतु साहेब...'' मी चाचरत म्हणालो.

माझं बोलणं मध्येच थांबवत मुरलीधरनसाहेब म्हणाले, ''काही बोलू नका. मी या गोष्टीवर खूपच नाराज झालो आहे मिस्टर प्रसाद. मी विभागीय संयुक्त सचिवाकडे पंडितांच्याविरुद्ध रिपोर्टही केला आहे. त्यात मी अशी शिफारस केली आहे की, जोपर्यंत मि. पंडितांच्याविरुद्ध असलेल्या तक्रारीची संपूर्ण चौकशी होत नाही, तोपर्यंत त्यांच्या प्रमोशनचा विचार करण्यात येऊ नये.''

''परंतु सर, अशा प्रकारच्या तक्रारी तथ्यहीन असतात बहुतेक! त्या व्यक्तिद्वेषातून केलेल्या असू शकतात.''

''मि. प्रसाद, हा काही नियम नाही. उगाच तर्क करीत बसण्यापेक्षा चौकशी करायला काय हरकत आहे म्हणतो मी? बरं, त्यातल्या त्यात कानांनी ऐकलेलं एकवेळ खोटं ठरू शकेल, परंतु डोळ्यांनी पाहिलेलं खोटं कसं असेल?''

''डोळ्यांनी पाहिलेलं?'' मी आश्चर्य व्यक्त करीत म्हणालो.

''म्हणजे! त्या तक्रारीसोबत जोडलेले तीन फोटो तुम्ही पाहिलेले दिसत नाहीत. ते बघा, म्हणजे कळेल. अहो पुराव्यानिशी तक्रार केली आहे. ही काही सामान्य तक्रार नाही, मि. प्रसाद.''

मी तक्रारीसोबत जोडलेले ते तीन फोटो पाहिले. एका फोटोत पंडित साहेब त्या तरुणीसोबत एका सिनेमा हॉलच्या बाहेर उभे होते. दुसऱ्या फोटोत,

बागेत फिरताना त्यांनी त्या तरुणीचा हात हातात घेतला होता. तिसऱ्या फोटोत तर पंडितसाहेब त्या तरुणीला खेटून कुतुबमिनारच्या परिसरात एका मोठ्या दगडावर बसले होते व एकाच डब्यातून आणलेलं काही ते दोघं खात होते. त्या दोघांत हास्यविनोदही होत असावेत.

"पाहिलंत मि. प्रसाद, सार्वजनिक ठिकाणी मि. पंडितांची अशी वर्तणूक ही आचार संहितेच्या नियमांची पायमल्ली नाही काय?"

"होय सर, हे जर खरं असेल, तर आहे खरी, पण..."

"पण काय! एवढं धादांत डोळ्यांनी पाहिलेल्या गोष्टीवरही आपला विश्वास नाही काय?"

"सर, न्याय व्यवस्थेच्या तत्त्वानुसार जोपर्यंत मि. पंडितसाहेबावरील आरोप संपूर्ण चौकशीअंती पुराव्यानिशी सिद्ध होत नाहीत तोपर्यंत मी तरी त्यांना दोषी मानत नाही."

"डोळ्यांनी पाहिलेल्या गोष्टीलासुद्धा?"

आता मुरलीधरन साहेबांना चांगलाच राग आला होता. तरीही मी माझं म्हणणं रेटत म्हणालोच,

"सर, अनेकदा डोळेसुद्धा धोका खातात. काही वेळा दिसतं तसं नसतंही, म्हणून फसवणूक होते. डोळे धोका देतात सर. त्यातून चुकीचे तर्क काढले जातात. या धोक्यापासून वाचण्यासाठी मनाचे डोळे सताड उघडे ठेवावे लागतात."

मी मोठ्या धाडसाने हे म्हणालो होतो. मुरलीधरनसाहेब माझे वरिष्ठ अधिकारी होते. खरं तर, मी लहान तोंडी मोठा घास घेतला होता. परंतु मला माहिती होतं, की मुरलीधरनसाहेब दृढनिश्चयापुढे झुकतात. ते तसे मृदू स्वभावाचे आहेत आणि भावूकसुद्धा!

"ठीक आहे मि. प्रसाद, तुम्ही तुमच्या मनाचे दरवाजे सताड उघडा, म्हणजे तुमच्या मनाचे डोळे उघडा आणि मला तीन दिवसात या केसची संपूर्ण चौकशी करून रिपोर्ट द्या."

"सर, तीन दिवस फार कमी पडतात. निदान मला सात दिवसांची तरी मुदत द्या." मी विनंती केली.

"ठीक आहे, मात्र सात दिवसात मला अगदी फॅक्ट अॅड फिगरसहित तुमच्या संपूर्ण केसचं साद्यंत विवरण आणि कन्क्लुजन लागेल. कारण मला या केसमध्ये ताबडतोब निर्णय घेऊन प्रमोशनची फाईल हातावेगळी करावयाची

आहे. आधीच उशीर झालेला आहे.''

मुरलीधरनसाहेबांनी माझी विनंती मान्य केली. मी ती निनावी तक्रार व ते तीन फोटो घेऊन बाहेर पडलो.

मी झपाटून कामाला लागलो. मात्र तीन दिवस संपले तरी माझ्या चौकशीच्या कामात काहीच प्रगती झाली नव्हती. काम तसं कठीणच होतं. मध्यंतरी मि. पंडितांच्या बदलीची ऑर्डर आली होती. तो एक योगायोग होता केवळ. बदलीशी या तक्रारीचा तसा काही संबंध नव्हता. मि. पंडित याबाबत अनभिज्ञ होते. ते बदलीवर गेले. त्यांना प्रेमपूर्वक निरोपही देण्यात आला.

आता मि. पंडित पूर्वांचल प्रदेशातल्या एका शहरात नेमणुकीवर होते. तक्रारीत मूळ कारण असलेल्या तरुणीचा काहीच तपशील माझ्याजवळ नव्हता. या तरुणीशी प्रेमाचे चाळे करण्याचा आरोप मि. पंडित यांच्यावर होता. निदान सेक्रेटरी साहेबांचा तसा पक्का समज झाला होता. तक्रार व ते फोटो पाहून तसा तो कुणाचाही झाला असता.

त्यांच्या त्या तथाकथित प्रेयसीचे तीन फोटोच केवळ माझ्याजवळ होते. तिचं नाव, गाव आणि पत्ता नव्हता. शिवाय तक्रारकर्त्यानं आपलं नाव, गाव लिहिलेलं नव्हतं. प्रकरण गुंतागुंतीचं होतं. म्हणून तर चौकशी करणं भाग होते.

सरळसरळ मामला असता तर चौकशी करायची काय आवश्यकता? अशा प्रकरणाची चौकशी हे एक आव्हानात्मक काम असते. अशा कामातच अधिकारी व्यक्तीची खरी कसोटी लागत असते. माझा या कामातला प्रदीर्घ अनुभव आता कामी येणार होता. मी हे आव्हान स्वीकारलं होतं.

मला मार्ग सुचत नव्हता. आता भेटावं तरी कुणाला? आणि विचारावं तरी काय? चौकशी कुठून सुरू करावी, कुणापासून करावी? काहीच सुचत नव्हतं.

माझ्याकडे फक्त एकच पर्याय होता, की मी सरळ मि. पंडितांनाच भेटावं, आणि खरं-खोटं काय ते विचारावं. परंतु हे चौकशीच्या नियमांच्या विरुद्ध होतं. भ्रष्टाचाराच्या प्रकरणात किंवा मोठ्या अधिकाऱ्यांच्या विरोधातल्या तक्रारीची चौकशी ही पूर्णपणे गुप्त झाली पाहिजे. त्याबाबत कुणालाही कळता कामा नये. ज्या अधिकाऱ्याच्याविरुद्ध चौकशी सुरू आहे, त्याला तर मुळीच सुगावा लागता कामा नये, त्याच्याशी बोलणं तर दूरच. चौकशीची ही मार्गदर्शक तत्त्वं चौकशी

अधिकाऱ्यानं पाळलीच पाहिजेत.

मला ही तत्त्वं माहिती होती. चौकशीच्या कामात माझा अनुभव होताच. मात्र माझ्यावर दडपण आलं होतं हे मान्य करायलाच हवं. आता काय करावं, याचा आराखडा मी मनातल्या मनात बांधू लागलो. एक दिवस आडाखे बांधण्यात असाच निघून गेला. मी कुठल्याही ठोस निर्णयाप्रत आलेलो नव्हतो. दुसराही दिवस असाच वांझ गेला. काहीच हाताला लागले नाही. चौकशीची दिशाही ठरली नाही. मी जरा अस्वस्थ झालो हे मात्र खरं.

तिसऱ्या दिवशी रात्रीचं जेवण झालं आणि मी समोरच्या हॉलमध्ये दूरदर्शनचे कार्यक्रम पाहत बसलो होतो. माझं मन मात्र मि. पंडितांच्या तक्रारीतच गुंतलं होतं. ती मोठीच जबाबदारी माझ्या शिरावर येऊन पडली होती.

गत तीन दिवसात मी ते तीन फोटो अनेकदा पाहिले होते. त्या फोटोतील तरुणी निःसंशय सुस्वरूप होती. तारुण्यानं मुसमुसलेली होती ती, अप्सराच जणू! माझ्या मनाचाही एक कोपरा त्या संशयाने व्यापला होता की, खरंच, मि. पंडित त्या तरुण पोरीच्या मोहजालात फसले तर नसतील?

वयाचा आणि प्रेमाचा काही ताळमेळ नसतो. मन तर पाण्यासारखं चंचल असतं, कधी कुणीकडे वळेल सांगता येत नाही. शिवाय ब्लॅकमेलिंगचे प्रकार सध्या वाढलेले आहेत. पंडित हा साधाभोळा माणूस. त्याला सहज गंडवलं जाऊ शकतं. कदाचित पंडितसाहेब कुणाच्या षड्यंत्राला बळी तर पडले नसतील? असे अनेक उलटसुलट विचार माझ्या मनात येत होते.

मला मिस्टर पंडितांबद्दल आदर होता म्हणून मला त्यांची बाजू घ्यावीशी वाटत होती. परंतु निष्पक्ष चौकशी करायची, तर अशा भावनेच्या आहारी जाता कामा नये, याचीही जाणीव मला होती. शेवटी आपण आपल्या कर्तव्याशी प्रामाणिक राहायला हवं हे महत्त्वाचं.

रात्रीचं जेवण आटोपल्यावर मी निवांत पान चघळत बसलो होतो. या प्रकरणाचा विचार करून करून मेंदूचा भुगा व्हायची पाळी आली होती, खरे तर खूप कंटाळा आला होता. मी ते सगळे विचार झटकून विरंगुळा म्हणून दूरदर्शन संच सुरू केला.

दूरदर्शवर नव तरुणांसाठी एक कार्यक्रम सुरू झाला होता. कला, क्रीडा व साहित्य यांनी ठासून भरलेला आणि सामाजिक जाणिव असलेल्या त्या कार्यक्रमाची आधीपासूनच बरीच जाहिरात झाली होती. हा रंगारंग कार्यक्रम चुकवायचा नाही, असं मी ठरवलेलंही होतं.

एरवी निखळ मनोरंजनाव्यतिरिक्त दूरदर्शनच्या पडद्यापासून आणखी काय असतं घेण्यासारखं?

संचलनकर्त्यानं घोषणा केली की, 'आता आपल्यासमोर वैद्यकीय महाविद्यालयाच्या विद्यार्थिनी एक सांस्कृतिक कार्यक्रम इंग्रजीतून सादर करतील.'

रंगारंग कार्यक्रम सुरू होता. रंगीबेरंगी पोशाखातल्या तरुणी व तरुण चित्तथरारक प्रात्यक्षिकं करत होती. सामाजिक आशयाच्या नाटिका सादर करीत होती. मी भान हरपून बघत होतो आणि एका क्षणी मी सोफ्यावरून जवळ-जवळ उडालोच. समोरच्या दृश्यावर माझा विश्वासच बसत नव्हता.

छोट्या पडद्यावर जो कार्यक्रम सुरू होता त्यात मि. पंडितांची त्या फोटोतली ती तथाकथित प्रेयसीसुद्धा होती. मी त्या तक्रारीतले फोटो बारकाईनं पुन: पुन्हा पाहिले. माझ्याकडे मि. पंडिताच्या चौकशीसाठी जे फोटो आले होते त्या फोटोतली तीच तरुणी होती. माझी पूर्ण खात्री पटली.

काय हा योगायोग! मला जे प्रश्न पडले होते त्याचं उत्तर एका क्षणात माझ्यासमोर हजर झालं होतं. माझ्या चौकशीच्या कामाला आता वेग येणार होता. माझ्या आश्चर्याला पारावार राहिला नाही.

हा योगायोग होता किंवा कसे, मला नीट सांगता येणार नाही. परंतु माझ्या दृष्टीनं तो माझ्यासाठी एक चांगला योग होता. मी जे शोधत होतो व ज्याचा माझ्यासमोर जटिल प्रश्न होता, तेच विनासायास समोर आलं होतं. माझं चौकशीचं काम आता बरंच सोपं होणार होतं. गुप्त चौकशीचं काम आता कुणाच्याही मदतीशिवाय सहज सोपं होणार होतं. मी काहीसा उतावीळ झालो होतो.

मला वाटलं, आताच्या आता दूरदर्शन केंद्रावर जावं आणि त्या मुलीचा शोध घ्यावा, त्या तरुणीची भेट घ्यावी. परंतु मी तसं केलं नाही.

माझ्या मनात असाही विचार आला की, कुणास ठाऊक, हा कार्यक्रम आधीच चित्रित झाला असेल आणि आता प्रसारित होत असेल. ती तरुणी आताच दूरदर्शन केंद्रावर भेटू शकेल की नाही, याची काय खात्री?

मी असाही विचार केला, की उगीच जास्त उतावीळ होणं बरं नाही. अशा नाजूक प्रकरणात जरा धीराने घ्यायला हवं. अतिघाई एखादं संकट उभं करू शकतं आणि अशा या अपरात्री त्या तरुणीला इतरांच्या समोर भेटून काही विचारणेही योग्य होणार नाही. माझ्या मनात विचारांची घालमेल सुरू झाली होती.

दुसऱ्या दिवशी तत्परतेनं सकाळी मी ते महाविद्यालय गाठलं. त्या वैद्यकीय महविद्यालयाच्या वसतिगृहाच्या वॉर्डनला भेटलो. त्या तरुणीचं नाव मला माहिती नव्हतंच. वॉर्डनकडून या बाबतीत कितपत सहकार्य मिळेल याविषयी मनात संभ्रम होताच, कुठून कशी सुरुवात करावी, हेही मला सुचत नव्हतं. प्रामाणिक प्रयत्न करणं एवढंच माझ्या हातांत होतं. मी माझ्या येण्याचा उद्देश वार्डनला सांगितला आणि तिचा फोटो वॉर्डनला दाखविला.

फोटो पाहाताक्षणीच वॉर्डनच्या मुखावर थोडं स्मित झळकलं व थोड्या चिंतेच्या रेषाही. थोडा वेळ थांबून वॉर्डन म्हणाली,

"अरे, ही तर रीटा आहे आमची."

मी तिला म्हणालो, "मी एक सरकारी अधिकारी आहे. हे माझं ओळखपत्र. एका महत्त्वाच्या सरकारी कामाची चौकशी करतोय मी. त्यासाठी मला या रीटाशी जरा बोलायचं आहे. जरा बोलावता का तिला?"

"वा, वा, का नाही? आता बोलावते. खरं तर इथं पुरुषांना प्रवेश नाही. हे मुलींचे वसतिगृह आहे. कृपा करून तुम्ही जरा तिकडं लॉनमध्ये थांबता का प्लीज."

वॉर्डनकडून सकारात्मक वागणूक व चौकशीकामी सहकार्य मिळत होतं. मला तर माझं काम लवकरात लवकर काढून घ्यायचं होतं. अर्थात ती गरज माझीच होती. मी तिच्या म्हणण्याप्रमाणे लॉनमध्ये जाऊन थांबलो.

साधारणपणे दहा मिनिटांनी रीटा आली. तारुण्यात पदार्पण केलेली ती सुस्वरूप तर होतीच, पण आज साध्या सुती साडीत ती आणखीच आकर्षक दिसत होती. तिच्या मुखावर सुशील भाव होते आणि डोळ्यांत आश्चर्य भरलेलं. नाही म्हणता सकाळी सकाळी एक अपरिचित व्यक्तीच्या समोर उभे राहाताना ती क्षणभर गोंधळली होती आणि ते साहजिकच होतं.

"बैठो बेटी." मी प्रेमानं म्हणालो.

ती संकोचत माझ्यासमोर बसली. 'बेटी' म्हटल्यावर तिच्या मुखावर मंदस्मित झळकलं. गोंधळातून ती जरा मोकळी झाली आहे, असं मला वाटलं. थोडा वेळ शांततेत गेला. मीच पुढे म्हणालो,

"रीटा बेटी, तू माझ्या मुलीसारखी आहेस. मी एका आवश्यक सरकारी कामासाठी तुझ्याकडे आलो आहे. मी जे जे विचारीन त्याची सरळ-सरळ व खरी खरी उत्तरं तू द्यावीस, अशी मी तुझ्याकडून अपेक्षा करतो. वाईट वाटून घेऊ नकोस."

रीटा उच्च शिक्षण घेत होती. एक पोक्त समंजसपणा तिच्यात आला होता. शिवाय आजची तरुण पिढी ही आधीच्या पिढीच्या तुलनेत मोकळी व स्पष्ट विचारांची आहेच. जुन्या बुरसटलेल्या विचारांचा त्यांनी त्याग केला आहे. विज्ञानाची रोजच्या जीवनाशी सांगड घालीत, इंटरनेटच्या जाळ्यातून सगळं जग ओलांडणारी ही पिढी व त्याची रीटा ही एक प्रतिनिधी होती. तिला कसला आला संकोच? ती बेधडक म्हणाली,

"परंतु आपण कोण आहात, आपला परिचय?"

"मी मिस्टर प्रसाद, या खात्याचा तक्रार निवारण अधिकारी."असं म्हणत मी माझं सरकारी ओळखपत्र तिच्यासमोर धरलं. तिनं त्यावरचा मजकूर वाचला. तिच्या मुखावरचे भाव झरझर बदलले. तिच्या भुवया किंचित उंचावल्या.

ती म्हणाली, "परंतु तुम्ही आता माझ्याकडे कशासाठी आलात?"

"सांगतो, सांगतो," असं म्हणत मी खिशातून ते तीन फोटो काढून तिला दाखवीत विचारलं, "बेटी, हे फोटो तुझेच आहेत ना!"

"होय, पण हे तुमच्याकडे कसे आले?"

"ते मी नंतर सांगेन, तू आधी सांग, या फोटोतील हा तुझ्यासोबत असलेला पुरुष कोण आहे?"

"हे मि. पंडित आहेत, अधीक्षक अभियंता."

"ते तर मलाही माहिती आहे. मला म्हणायचं आहे, की ते तुझे कोण लागतात? नात्याने वगैरे."

"ते माझे वडील आहेत."

"वडील?" मी आश्चर्यचकित झालो होतो.

"का? यात तुम्हाला एवढं दचकायला काय झालं?"

मी भानावर आलो. क्षणभर तर मला असं वाटलं, की रीटा खोटं बोलते आहे. मी तिच्या नजरेला नजर रोखून धरत म्हणालो,

"पण मिस्टर पंडितांनी तर लग्नच केलं नाही."

"तेसुद्धा बरोबर आहे काका."

"मग तू...?"

"ती एक मोठी कथा आहे काका. माझे वडील मला कधी कधी ऐकवतात ती."

"ती कथा खरी असेल तर मला ऐकव ना."

"मी खोटं सांगेल असं वाटतं काय काका तुम्हाला? या तर मग,

आमच्या वॉर्डनलाच विचारा.''

''अरे, तू तर नाराज झालीस बेटा. मी तर गंमत केली तुझी.''

''अशी कशी गंमत? मला पसंत नाही अशी गंमत.''

''बरं बरं, मला माफ कर त्याबद्दल. सांग बघू तुझी ती काय कथा आहे ती.''

''आता नाही सांगणार. तुम्ही आधी सांगा, की तुम्ही हे सगळं मला का विचारता आहात?''

रीटाचा प्रश्न संयुक्तिक होता. मला तर माझा चौकशीचा उद्देश स्पष्ट करायचा नव्हता. पण जास्त आढेवेढे घेणं बरं वाटत नव्हतं. रीटाकडून माहिती, तर काढायची होती. त्यासाठी आता मला जाणूनबुजून खोटं बोलावं लागलं. असं खोटं, की ज्यामुळे कुणाचंही नुकसान होणार नाही, परंतु एका इमानदार माणसाच्या प्रतिष्ठेचं रक्षण होईल. मी तिला म्हणालो,

''तुझ्या लग्नाबद्दल बोलणी करायची आहेत.''

लग्नाचा विषय काढताच ती उसळून म्हणाली, ''नाही नाही, मला आताच लग्नाच्या भानगडीत पडायचं नाही. माझं अजून शिक्षण पूर्ण व्हायचं आहे. योग्य वेळ आल्यावर मी माझं काय ते ठरवीन.''

रीटा म्हणत होती तेही खरंच होतं. मी तरी काय वेगळ्या मताचा होतो? परंतु विषय सुरू ठेवण्यासाठी मी म्हणालो,

''ते तुझे वडील आणि आम्ही ठरवू. तू तुझी ती गोष्ट सांग बघू आधी.''

रीटाने एक दीर्घ निःश्वास टाकला आणि तिची इत्थंभूत कथा सांगितली.

ती कथा कमालीची गंभीर पण माझ्यासाठी महत्त्वाची होती. मी तर ते सगळं ऐकून सुन्न झालो होतो. आपण काय विचार करतो आणि प्रत्यक्षात काय असतं, याचं ते एक अतिशय मार्मिक उदाहरण होतं.

मी कल्पनाही करू शकलो नव्हतो असा तो हृदयस्पर्शी प्रसंग होता. ती एक काळीज हेलावून सोडणारी कहाणी होती, जीवनाचं एक महान तत्त्वज्ञान त्यातून प्रत्ययास येत होतं.

दिसतं तसं नसतं किंवा ऐकण्यात आणि प्रत्यक्षात किती फरक असतो, याची प्रचिती येत होती, हे मी या प्रकरणातून अनुभवलं होतं. काही वेळा आपण केलेले तर्क किती चुकीचे ठरतात याचं हे चांगले उदाहरण होतं. म्हणूनच सुतावरून स्वर्ग गाठून गैरसमज करून घेणाऱ्या मुरलीधरनसाहेबांच्या वृत्तीचा मला क्षणभर राग आला होता.

तिचा निरोप घेताना मी तिला एक प्रश्न विचारला, "मला एक सांग रीटा, तुझे वडील ज्या ज्या वेळी दिल्लीत येतात त्या त्या वेळी तुला इतरत्र सार्वजनिक ठिकाणी का बरं घेऊन जातात?"

"त्यात काय चूक आहे? ते माझे वडील आहेत. मी ज्या वसतिगृहात राहाते ते महिलांचं वसतिगृह आहे. इथं कुण्या पुरुषाला येण्याची परवानगी नाही. बाबा आणि मी दिवसभर या लॉनमध्ये तर बसू नाही शकत? म्हणून आम्ही सोबत दिल्लीत फिरतो, कधीकधी सिनेमा बघतो. या जगात माझ्या बाबांना कुणी नाही, तसंच मलाही. त्यांना मला व मला त्यांना भेटावंस वाटतं यात वाईट काय आहे काका?"

मला रीटाचं म्हणजं तंतोतंत पटलं होतं. तिच्या म्हणण्याला वॉर्डननंही दुजोरा दिला होता. रीटाच्या सत्शील वागण्याचं प्रमाणपत्रही वॉर्डनच्या बोलण्यातून मिळालं होतं. माझी चौकशीची मोहीम अनपेक्षितपणे सफल झाली होती, चौकशीच्या रिपोर्टसाठी लागणारा मालमसाला मला मिळाला होता, त्याविषयीचे सर्व डिटेल्स डायरीत नोंदवून मी निघालो होतो.

जाता जाता वॉर्डनला धन्यवाद देण्यासाठी मी त्यांच्या कार्यालयात गेलो. वॉर्डनकडून रीटा ही मि. पंडितांची मुलगी आहे या गोष्टीला दुजोरा मिळाला होताच. त्यांनीच रीटाला या महाविद्यालयात व या वसतिगृहात प्रवेश मिळवून दिला होता. आपली मुलगी एक उच्चशिक्षित विदुषी व्हावी ही त्यांची मनीषा होती. एका बापाची आपल्या अपत्याविषयीची ही भावना असणं यात काय वावगे? माझ्या चौकशीचं कामकाज पूर्ण झालं होतं.

संध्याकाळी पाच वाजण्याच्या सुमारास मी मुरलीधरनसाहेबांच्या कार्यालयात गेलो. या केसचा रिपोर्ट लवकर सादर करण्याची मला घाई झाली होती. माझं मिशन फलदायी ठरलं होतं, एक ठोस निष्कर्ष मी त्यातून काढू शकत होतो, एका निरपराध व प्रामाणिक अधिकाऱ्याला न्याय मिळवून देण्याचं महत्त्वाचं कार्य माझ्या हातून घडणार होतं. या माझ्या विजयाचा आनंद माझ्या मनात मावत नव्हता. जेव्हा मी या रहस्याचा उलगडा मुरलीधरनसाहेबांच्या समोर केला, तेव्हा, तर ते अवाक झाले. ते केवळ इतकंच म्हणाले,

"मि. प्रसाद, तुम्ही म्हणत होता तेच खरं होतं. बरेचदा डोळ्यांनी पाहिलेलं सुद्धा खरं असतंच असं नाही. कसा जमाना आला बघा, मुलीला आपल्या वडलांसोबत बघून लोक भलत्या शंका घेतात. वेगवेगळे अर्थ काढतात.

मी सुद्धा फार उतावीळपणा केला आणि घाईत निर्णय घेतले!''

मी शांतपणे बसून गालातल्या गालात हसत होतो. तरीही मुरलीधरन म्हणालेच, ''मि. प्रसाद, एक गोष्ट अजूनही माझ्या ध्यानात येत नाही. जर मिस्टर पंडित अविवाहित होते, तर मग रीटा! ही मिस्टर पंडितांची मुलगी कशी?''

''सर, मोठी विचित्र कथा आहे तीसुद्धा आणि तीच महत्त्वाची आहे. ती कथाच या चौकशीचा गाभा आहे.'' मी पॉज घेत म्हणालो.

''कशी काय? सांगा तरी.'' मुरलीधरनसाहेब ती कथा ऐकण्यासाठी आतुर झाले होते. मी मुद्दामच त्यांची उत्सुकता ताणत होतो.

''सर, गोष्ट त्या काळातली आहे, जेव्हा आपल्या देशाची फाळणी झाली होती. भारत या अखंड देशाचे दोन तुकडे झाले होते. पाकिस्तानातून असंख्य लोक विस्थापित झाले होते, त्यांना भारतात यायचं होतं. एकेकाळी गुण्यागोविंदानं राहाणाऱ्या लोकांत या फाळणीमुळे शत्रुत्वाची भावना पैदा झाली होती. शरणार्थी लोकांना घेऊन गच्च भरलेल्या रेल्वेगाड्या पाकिस्तानातून भारतात येत होत्या, रस्त्यांत अनेकांची कत्तल होत होती. जे वाचले ते अनाथ, असाहाय्य होऊन भारतात येत होते. कुणाची आई हरवली होती, तर कुणाचा बाप. कुण्या मुलांचे तर दोन्हीही. सगळे जिवाच्या आकांतानं सैरावैरा पळत होते, कुठंतरी आश्रयाला थांबत होते. मजल-दरमजल करीत भारताकडे कूच करीत होते, सुरक्षित ठिकाणाचा शोध घेत होते.''

''परंतु मि. प्रसाद, या गोष्टीचा या प्रकरणाशी काय संबंध?'' सर म्हणाले.

''सर, सांगतोय ना. संबंध कसा आहे, तेच सांगतो. त्याच दिवसातली गोष्ट आहे. एक दिवस मिस्टर पंडित दिल्ली रेल्वे स्थानकावर आले होते. त्यावेळी त्यांना दिसलं, की स्टेशनच्या बाहेर एका कोपऱ्यात एक तीन-चार वर्षांची मुलगी भिरभिरत्या नजरेनं इकडं तिकडं बघत आहे, रडते आहे, तिचे आईवडील, न जाणो कुठंतरी मारले गेले असतील, समाजकंटकांच्या कत्तलीला बळी पडले असतील, तिला ते शोधूनही सापडले नव्हते.

''मि. पंडितांना त्या चिमुरडीची दया आली. तिला त्यांनी आपल्या घरी आणलं. आपली मुलगीच मानली त्यांनी तिला. सर, ती ही रीटा आहे, अभागी, बिचारी!''

रीटाची करुण कहाणी मी विस्तारानं मुरलीधरनसाहेबांना सांगितली. तेही

कहाणी ऐकून शहारले होते. त्यांच्या पापण्या ओल्या झाल्या होत्या.

''व्हेरी गुड, बहोत अच्छा.'' मुरलीधरनसाहेबांच्या तोंडून उत्स्फूर्त उद्‌गार निघाले.

मी म्हणालो, ''सर, मिस्टर पंडित दया, करुणा, प्रेम आणि मानवतेचे प्रतीक आहेत. त्यांनी समाजापुढे एक आदर्श ठेवला आहे आपल्या कृतीतून. मिस्टर पंडितांनी त्या मुलीचं संगोपन केलं, पालनपोषण केलं, तिला लहानाचं मोठं केलं. तिला चांगलं शिक्षण दिलं. विशेष म्हणजे तिला आई आणि वडील या दोघांचही प्रेम दिलं. चार वर्षापूर्वी त्यांची बदली पूर्वांचलला झाली, तेव्हा त्यांनी तिला या वसतिगृहात ठेवलं. आता ती मेडिकलच्या अखेरच्या वर्षाला आहे, पुढल्या वर्षी डॉक्टर होईल.''

''कमाल आहे मि. प्रसाद. परंतु एक गोष्ट अजूनही माझ्या लक्षात येत नाही, की अशा देवमाणसावर अशा प्रकारे कोण शिंतोडे उडविण्याचा घाणेरडा प्रयत्न करतो आहे?''

मुरलीधरनसाहेबांकडून मला अशा प्रश्नाची अपेक्षा होतीच. मी विनम्र स्वरात म्हणालो,

''सर, मला आपल्या कार्यालयातल्या जोशीवर संशय आहे आणि त्याला सबळ कारणही आहे. अगदी सोपं आहे ते ओळखणं.''

''आँ, पण जोशी कशासाठी असं करेल?''

''सर, सगळ्यांना माहिती आहे की अधिकाऱ्यांच्या प्रमोशनची यादी तयार करण्याचं काम सुरू आहे. पंडित सेवाज्येष्ठतेनं जोशींच्या पुढे आहेत. जोशी केवळ एक नंबराने पंडितांच्या मागे आहे. पंडितांचे नाव प्रमोशनच्या यादीत आहे, जोशींचे मात्र नाही. जर पंडितांचं नाव काही कारणानं गळालं तर मात्र जोशीचे नाव पक्कं आहे. म्हणजे काय, की पंडित गळाले, तर जोशी सरळ-सरळ प्रमोट होऊ शकतात.

''परंतु पंडितांचं सर्व्हिस रेकॉर्ड अतिशय चांगलं आहे. निष्कलंक सेवा केली आहे त्यांनी खात्याची. म्हणून जोशीनं पंडितांचं रेकॉर्ड खराब करण्याचा हा घाणेरडा डाव खेळला. मला केवळ संशयच नाही, तर याचा मी गुप्तपणे छडा लावला आहे, मला तसे पुरावेही मिळाले आहेत.''

''अरेरे, याचा अर्थ तो हलकट जोशी आपल्या वाईट कामात जवळपास सफल झाला होता तर! आलं सगळं माझ्या लक्षात. मी आताच्या आता विभागीय संयुक्त सचिवाकडे केलेला पंडितांच्या विरोधातला रिपोर्ट मागे

घेतो.''

मी मुरलीधरनसाहेबांचे आभार मानून आता निघणार, तोच त्यांनी उभं राहून माझं अभिनंदन केलं. ते म्हणाले, ''मि. प्रसाद, तुम्ही अतिशय तत्परतेनं निष्पक्ष चौकशी करून एका निरपराध माणसाला वाचवलं. खरोखर, जोपर्यंत एखाद्या व्यक्तीवर ठेवलेला आरोप सप्रमाण सिद्ध होत नाही, तोपर्यंत त्याला दोषी धरू नये. एका निर्दोष व्यक्तीला घाईघाईनं दोषी मानणं हा त्याच्यावर घोर अन्याय होईल.''

◆　◆　◆

२. मुखवटे

सगळं जग केव्हाच जागं झालं होतं. सूर्य दोन हात वर आला होता. सुधाकरजी अजून बिछान्यात घोरत पडले होते. रात्रीची ओली पार्टी उशिरापर्यंत चालली होती, रात्रीचा हँग ओव्हर तसाच होता. अर्धवट ग्लानीतच त्यांना झोपेच्या अधीन व्हावे लागले होते. मित्रांच्या नशायुक्त हसण्या-खिदळण्याचे आवाज त्यांच्या कानात बराच काळ गुंजत असावेत. बाकी पार्टी झकासच झाली होती.

कसल्याशा आवाजानं त्यांना जाग आली. त्यांनी आजूबाजूला, गादीवर पडल्या पडल्याच नजर फिरवली, खिडक्यांच्या उंची पडद्यातून ऊन आत डोकावत होतं, तसे ते ताडकन उठले. उठायला बराच उशीर झाला होता.

समोरच्या भिंतीवरच्या घड्याळात पावणेनऊ वाजले होते. 'बापरे' उठायला खूपच उशीर झाला होता. फरशीवर पाय ठेवताच त्यांना ती बर्फासारखी गार वाटली. खरं तर आज लवकर महाविद्यालयात जाणं आवश्यक होतं. आजचा दिवस विशेष होता. 'अंपगत्व निवारण दिवस.'

"शालू, कुठं मेली दळभद्री!" सुधाकरजींनी शालूला एक कचकचीत शिवी हासडूनच आजच्या दिवसाची सुरुवात केली होती. परंतु त्यांच्या आवाजाला प्रतिसाद मिळाला नाही. ते तसेच पायात सपाता अडकवून स्वयंपाकघराकडे वळले. कदाचित शालू सकाळचा चहा-नाश्ता तयार करीत असेल!

परंतु शालू तिथंही नव्हती. कदाचित दूध आणायला गेली असेल! परंतु दूध केंद्र इतक्या उशिरापर्यंत सुरू नसतं.

सुधाकरजी मनातल्या मनात टरकले, उशीर

मुखवटे / २७

होत होता. आज महाविद्यालयात ठीक अकरा वाजता उप-शिक्षणमंत्री येणार आहेत. अपंगत्व निवारण दिवसावर त्यांचं भाषण आहे. कार्यक्रम चांगला पार पडायला हवा.

भाषण चांगलं व्हायला हवं. उप-शिक्षण मंत्रीसाहेबांवर आपली छाप पडली पाहिजे. आपल्या प्रमोशनचा मार्ग आणखी सोपा झाला पाहिजे.

पण, 'ही दळभद्री शालू गेली कुठं? पावणेनऊ वाजले तरी आमच्या हातात अजून चहाचा कप आला नाही, हे नोकर माजलेत साले.' असं म्हणत सुधाकरजींनी आदळआपट सुरू केली.

सुधाकरजी साहेबांचा पारा आता चांगलाच चढला होता. चवताळलेल्या वाघासारखे तणतणत ते शालूच्या झोपण्याच्या खोलीकडे गेले, बंद दारावर त्यांनी मोठ्या त्वेषानं लाथ मारली. दरवाजा आतून बंद होता. म्हणजे? याचा अर्थ शालू आतापर्यंत झोपलेलीच होती. मोठ्या बादशहाचीच पोरगी आहे म्हणावं. दीडदमडीच्या नोकरांची एवढी मिजास!

सुधाकरजींनी दारावर जोरजोरात खटखट केली, क्षणात दरवाजा उघडला गेला. आतून थरथर कापत शालू बाहेर आली. सुधाकरजींचे तर सर्वांग रागानं थरथरत होतं. त्यांनी तिची वेणी जोरात ओढली आणि ते ओरडले, "किती वेळ झाला? तुला कळतं काय दळभद्रे, म्हशीसारखी लोळत पडलीस? डुक्कर."

अतीव वेदनेनं शालू कळवळली, तिच्या मुखातून एक हुंदका बाहेर पडला. तिच्याही ध्यानात आलं होतं की, आज उठायला उशीर झाला आहे. विशेष म्हणजे आज साहेब तिच्याआधी उठले होते, असं कधीच झालं नव्हतं.

तिला मेल्याहून मेल्यासारखं झालं. स्वतःचीच शरम वाटली. तिला अपराधीपण वाटायला लागलं. आतापर्यंत असं कधीच झालं नव्हतं. अशी कशी काय चूक झाली आपल्याकडून? ती स्वतःलाच दोष देत होती.

"तू या घराला धर्मशाळा समजलीस काय? सकाळपासून संध्याकाळपर्यंत नुसती लोळत पडतेस. खायला आधी आणि कामाच्या नावानं बोंब. बघतेस ना, नऊ वाजून गेले, आता कधी चहा, नाश्ता होईल? आणि मी कधी महाविद्यालयात जाऊ?"

सुधाकरसाहेब बराच वेळ बडबडत बसले. त्यामुळे उशीर जरा जास्तच झाला होता. त्यांचे शब्द शालूच्या काळजाला भिडत होते. ती निमूटपणे ऐकून घेत होती.

एरवी ती काय करणार होती? तेवढं स्वातंत्र्य कुठं होतं? गुलामाला कुठं

असते भाषा? मौन हीच त्यांची बोली असते व तीच त्यांची संभाषणाची भाषा!

खळखळ वाहाणाऱ्या ओढ्याचा पूर उतरतोही लवकरच. सुधाकरसाहेबांचा रागाचा धबधबा जरा शांत झाल्यावर शालू हळू आवाजात म्हणाली,

"साहेब, काल रात्री उशिरापर्यंत पार्टी चालली. त्यानंतर साफसफाई व भांडीकुंडी, आवराआवर, अशी कामे आटोपायला खूप रात्र झाली. म्हणून उठायला उशीर झाला. माझ्याकडून चूक झाली. माझी मलाच लाज वाटते. यापुढे असे होणार नाही. मला माफ करा." शालू हात जोडून उभी होती.

"एखाद्या दिवशी बारा वाजले तर काय बिघडलं? इतर दिवशी झोपा काढतेस ना दिवस रात्र?" असं म्हणत सुधाकरजींनी तिच्या कानाखाली एक जोराची थापड लगावली. कुठलाही प्रतिकार न करता, एकही शब्द मुखातून न काढता शालू बाथरूमच्या दिशेने निघून गेली.

शिव्या खाणे आणि मार खाणे, हे तर रोजचेच होते. थंड पाण्याने हात पाय धुवून ती स्वयंपाक घरात गेली. फ्रिजमधून दूध काढून तिने गॅसवर चहाचे आधण ठेवले.

सुधाकरसाहेब रागानं धुमसत होतेच. आजच्या महत्त्वाच्या दिवशी त्यांची सुरुवात फार वाईट झाली होती. सकाळी लवकर उठून, सगळं आटोपून एक चांगलं भाषण तयार करण्याचा त्यांचा मानस होता. परंतु ते लवकर उठलेच नाहीत. त्यातल्या त्यात शालूसुद्धा उशिरा उठली होती. त्यांच्या मते हे सगळं शालूमुळेच बिघडलं होतं. तीच त्यांच्या दिवसाच्या खराब सुरुवातीला कारणीभूत होती. शालूनंच त्यांचा सकाळी सकाळी मूड खराब केला होता.

शालूचं अर्थात यावर काहीचं म्हणणं नव्हतं. असलं तरी ते व्यक्त करण्याचा तिला अधिकार नव्हता, गुलामाला अशी मुभा नसते. ती आपल्या कामात गर्क होती. चहा तयार झाला होता.

शालू चहाचा कप घेऊन आली. तिच्या हातातून कप घेत ते म्हणाले, "काल खाकी रंगाचा वुलनचा खादीचा कोट दिला होता, तो इस्त्री झाला काय? आण तो लवकर."

सुधाकरजींच्या प्रश्नात रोष होता, त्यांचा प्रचंड दरारा होता. शालू भीतीने शहारली होती. ती काही न बोलता गप्प उभी राहिली.

"विसरलीस!" ते तिच्यावर उखडलेच.

"काल धोबी आलाच नाही साहेब." ती चाचरत म्हणाली.

"हरामखोर, जा, मर जा तिकडे. दूर हो माझ्या नजरेसमोरून. आता मी

कोणता सूट घालून जाऊ? आज वुलनचा खादीचा सूट घालायलाच हवा होता. आज महाविद्यालयात शिक्षणमंत्री येणार आहेत.'' असं म्हणत ते पलंगावरून उठले आणि त्यांनी शालूला एक जोराचा धक्का दिला.

बिचारी शालू, अपंग. तिचा एक पाय आधी पोलियोनं अधू झालेला, कोलमडली. तिला तोल सावरता आला नाही. ती स्वतःला सांभाळत सांभाळत बाजूच्या टेबलावर आदळली आणि फरशीवर पडली. तिच्या डोक्याला चांगलाच मार बसला. क्षणभर थांबून शालू धडपडत उठली. डोकं हातांत गच्च धरून स्वयंपाकघरात निघून गेली.

सुधाकरसाहेबसुद्धा आपलं डोकं दोन्ही हातांत धरून पलंगावर बसले. तसे त्यांच्याकडे इतर अनेक सूट आहेत. परंतु हा खादीचा वुलन सूट त्यांना खूप आवडतो.

अंधश्रद्धा म्हणा, की त्यांची भावनिक गुंतागुंत, त्यांना हा सूट घातला की शुभ वाटते महत्त्वाच्या प्रसंगी हा सूट घातला, की यश आपल्या पदरात हमखास पडते, अशी काहीशी त्यांची भावना झाली होती.

आज शिक्षणमंत्री येणार होते आणि नेमका तो सूट नव्हता. हा अपशकून होता की काय? त्यांचं मन याच चिंतेनं घेरलं गेलं होतं.

आजचा दिवस किती महत्त्वाचा आहे. 'अपंगत्व निवारण दिवस.' त्या निमित्ताने महाविद्यालयात मोठा उत्सव साजरा होत आहे, त्यासाठी उप-शिक्षणमंत्री येत आहेत.

मागील आठवड्यापासून शिक्षण बंद ठेवून सगळे विद्यार्थी व शिक्षक उत्सवाच्या तयारीला लागलेले आहेत. सारा परिसर स्वच्छ केला आहे. विद्यालय कसं नव्या नवरीसारखे नटलं आहे, मैदानात मोठं स्टेज उभारलं आहे, रंगीबेरंगी पताका लावल्या आहेत, विद्युत रोषणाई केली आहे.

महाविद्यालयात अपंगांसाठी निरनिराळ्या स्पर्धा ठेवल्या आहेत आणि आकर्षक बक्षिसंसुद्धा. सकाळपासूनच सनईचे मधुर स्वर प्रांगणात गुंजत आहेत. सोबतीला महात्माजींचं आवडतं भजन, 'वैष्णव जन तो तेणे कहिये, जो पीर पराई जाणे रे.' ची ध्वनिमुद्रिका लावलेली आहे.

'अपंगासाठीच सर्व काही' असं वातावरण निर्माण केलं गेलं आहे. कशातही काही कसर ठेवलेली नाही. सुधाकरसाहेबांनी या आयोजनात जातीनं लक्ष घालून कार्यक्रम यशस्वी होण्यासाठी वेळ दिला आहे.

काल शाळेच्या व्यवस्थापन समितीचे सचिव आले होते. परिसराची

साफसफाई व सजावट पाहून ते खूष होत म्हणाले, ‘‘सुधाकरजी, मुलांकडून कसं काम करून घ्यावं हे तर तुमच्याकडूनच शिकायला हवं. तुमच्या या कलाकृतीवर मंत्रिमहोदय खूष झाले तर...’’

सुधाकरसाहेब स्वप्नं बघत होते. ते खरं तर उपप्राचार्य होते. परंतु गेल्या चार महिन्यांपासून त्यांच्याकडे प्राचार्य पदाचा कार्यभार सोपवला होता. या अपंग दिनाच्या उत्सवाच्या यशस्वितेतून कदाचित त्यांना प्राचार्य होण्याची संधी मिळू शकत होती. त्यासाठी हा अपंग दिनाच्या उत्सवाच्या प्रदर्शनाचा घाट घातला होता.

कार्यक्रम यशस्वी झाला पाहिजेच, त्याचबरोबर मंत्रीमहोदयांची व पाहुण्यांची बडदास्त चांगली ठेवली गेली पाहिजे. मंत्रीजी खूष झाले पाहिजे, बढतीसाठी हे सारं केलंच पाहिजे.

अपंगांसाठी काही केलंच पाहिजे अशातला भाग नाही, ती गोष्ट त्यांच्या दृष्टीनं गौण होती. अपंगांची सेवा हा तर एक माध्यमाचा भाग होता. मानवतेचा देखावा त्या माध्यमातून उभा करता येत होता.

कार्यक्रम रंगारंग झाला, तर मंत्री खूष होतील आणि आपल्या प्रमोशनचा मार्ग प्रशस्त होईल, या एकाच गोष्टीवर त्यांचा विश्वास होता. तेच खरं होतं.

शिवाय सुधाकरसाहेबांना या बढतीच्या मोहापेक्षाही जरुरीचं वाटत होतं, ‘आपली प्रतिष्ठा व दबदबा कायम राहावा’ हे.

आर्थिक बाजू भक्कम होती, त्यामुळे पैसा मिळवणं हे त्यांचं ध्येय नव्हतंच. त्यांना हवी होती अधिक शक्ती, प्रतिष्ठा, रुबाब आणि दरारा!

शक्तीचे प्रदर्शन करण्याचे अनेक मार्ग होते. त्यासाठी ते सदान्‌कदा कुणावरही विनाकारण डाफरत असत. चालता-बोलता त्यांचा तोरा काही वेगळाच भासायचा. तो कायम राहावा यासाठी ते सदैव दक्ष असत, कुणाच्याही मनाचा चोळामोळा करण्यास ते मागेपुढे बघत नसत. अशा कित्येकांची मनं आघात करून त्यांनी पंगू केली होती. त्यातच त्यांना आपली प्रतिष्ठा वाटे.

सुधाकरजी जेव्हा महाविद्यालयातून फेरी मारत, तेव्हा सर्वत्र स्मशान-शांतता पसरत असे. प्राध्यापक समोर येत नसत, विद्यार्थी वर्गात दडी मारून बसत, त्याचवेळी आपण कुणीतरी शक्तीशाली आहोत, असं वाटून त्यांची छाती गर्वानं फुगत असे, त्यांचा अहंकार आणखी फुलायचा.

लोक आपल्याला जेवढे जास्त घाबरतील, तेवढा आपला दरारा जास्त, असं त्यांचं मत होतं. त्यांच्यामुळे लोक घाबरले, तर त्यांना आसुरी आनंद होत

असे. हा दरारा कायम राहावा याची ते सदैव काळजी घेत असत.

कदाचित याच अहंकारामुळे ते गेल्या वीस वर्षांपासून एकटेपणाची सजा भोगत होते. लग्न झालं अन् दोन वर्षांत त्यांच्या अरेरावीला कंटाळून त्यांची पत्नी त्यांना सोडून गेली होती. जाताना म्हणाली होती, ''तुमच्यासारखा हुकूमशहा कधीच चांगला पती बनू शकत नाही आणि एक स्त्री, पत्नी जरूर बनू शकते, पण जन्मभर एक विद्यार्थिनीसारखं जीवन नाही जगू शकत. जाते मी. आता तुमचं कधीच तोंड बघणार नाही.''

पत्नी गेली ती माघारी आलीच नाही. सुधाकरसाहेबांनी पत्नीविरहित आयुष्य आतापर्यंत ओढत आणलं होतं. आपला जिद्दी स्वभाव, हेकेखोरपणा, आणि अहंकार जोपासला होता. त्यांना तसा काही त्रास नाही झाला याचा. परंतु त्यांच्या या स्वभावामुळे एकही नोकर फार काळ टिकला नाही घरात. पण नोकरांचं येणं व सोडून जाणे बरेचदा तापदायक मात्र होत असे.

मागील वर्षीच महाविद्यालयातला माळी या शालूला त्यांच्या घरी घरकामाला म्हणून घेऊन आला. ती अपंग आहे. सुधाकरसाहेबांना त्याच वेळी वाटलं, की अशीच मुलगी आपल्याला हवी होती. ती पायाने अपंग आहे. त्यामुळे कितीही त्रास झाला तरी पळून जाणं शक्य नाही.

शालू अपंग होतीच, तशी अनाथसुद्धा होती. तिचे मायबाप, भाऊ, बहीण सगळे गावाच्या नदीच्या महापुरात वाहून गेले होते. तिच्यावर आभाळ कोसळलं होतं.

दहा-बारा वर्षांच्या या पोरीनं सगळं घरकाम शिकून घेतलं. सकाळपासून संध्याकाळपर्यंत आणि अगदी रात्रीपर्यंतसुद्धा ती राबराब राबायची. जेवण तयार करणं, भांडी धुणं, कपडे धुणे, सगळी सगळी कामं ती करायची आणि विशेष म्हणजे घरातलं सगळं ती एकटीच करायची.

सुधाकरसाहेबांचं घर शालूने व्यवस्थित सांभाळलं होतं. तिला सतत कामात ठेवण्याचं काम, साहेबांचा दरारा व भीती आपसूक करायचे.

तिच्या वयाच्या मुली शाळा-कॉलेजात शिकत होत्या. आपणही शिकावं असं तिला वाटत होतं. परंतु नियतीनं तिचे आईबाप हिरावून नेले होते, भरीस भर तिच्या नशिबी पांगळेपण दिलं होतं, तिची लहान मोठी स्वप्नं अशी अकाली निसटून गेली होती.

आईबाप असताना जे सुख भोगलं होतं, त्या सुखाच्या आठवणीही आता दु:ख देत होत्या. ती काळाच्या हातातलं एक कळसूत्री बाहुली म्हणून उरली

होती.

एक असाहाय्य मुलगी दोन वेळच्या जेवणाच्या आशेनं सुधाकरसाहेबांच्या दावणीला आली होती. हा दैवदुर्विलासच, दुसरं काय! तरीही, शिकावं असं तिला मनापासून वाटत होतं. परंतु कसं म्हणावं! तिला धीर होत नव्हता.

मात्र एक दिवस शालू सुधाकरसाहेबांना भीत भीत म्हणालीच, ''साहेब, मला शिकायचं आहे, मला लिहू-वाचू द्या ना!''

''एका गावठी व अडाणी पोरीला शिकण्याची आवड?''

सुधाकरसाहेब आणखी चिडले. रागावून म्हणाले, ''शिकून काय मोठी मास्तरीण होणार आहेस!''

शालूजवळ याचं उत्तर नव्हतं. परंतु तिला शिकायची आवड होती. आपली हौस ती पुस्तकातली रंगीत चित्रं बघून भागवायची.

तिचं मन मारून जगणं सुरू होतं. ज्या वयात हातात लेखणी धरावी त्या हातात काटे, चमचे, झारे आले होते; चुलीजवळ बसून पोळ्या शेकता शेकता करपलेलं आयुष्य ढकलणं सुरू होतं, धुणी-भांडी करता करता आला दिवस निघून जात होता, शिकायचं तसंच राहून गेलं होतं. ते भांड्यात खदखदणाऱ्या भाजीसारखं मनातल्या मनात खदखदत राहिलं होतं.

सुधाकरसाहेब कडक पोशाख करून महाविद्यालयात पोहोचले. ठीक अकरा वाजता कार्यक्रमाला सुरुवात झाली. उप-शिक्षणमंत्री मात्र आलेच नाहीत. सेक्रेटरी साहेबांनी कुठल्या तरी स्थानिक नेत्याला धरून आणलं व त्यालाच अध्यक्ष केलं.

सुमारे अडीच तास समारंभ सुरू होता. मुलांची नाटकं, नाचगाणी, कविता इत्यादीचे सादरीकरण झालं. सांस्कृतिक कार्यक्रम आटोपल्यावर भाषणबाजी झाली.

एका जागेवर बसून ताटकळलेल्या व थकलेल्या मुलांकडे आणि कार्यकर्त्यांकडे साफ दुर्लक्ष करीत, प्रत्येक वक्त्याने आपलं लांबलचक भाषण ठोकलं. सुधाकर साहेबांनी आपले दोन शब्दांचे भाषण वीस हजार शब्दांपर्यंत लांबवलं. त्यांच्या प्रत्येक शब्दांतून अपंगाविषयीची तळमळ व्यक्त होत होती.

एका भावनिक प्रसंगी त्यांचा कंठ दाटून आला व त्यांच्या डोळ्यांत पाणी आलं. तरीही ते बोलत राहिले. आपल्या शब्दांतून अपंगांबद्दलचा कळवळा व्यवस्थित पाझरत राहील याची पुरेपूर काळजी त्यांनी घेतली होती. ते म्हणाले,

''ज्यावेळी मी अनाथ, अपंग व खासकरून बालमजुरांना बघतो, तेव्हा

माझं अंत:करण विदीर्ण होतं. ज्या मुलांचे खेळण्या-बागडण्याचं दिवस, ते बिचारे सकाळ-संध्याकाळ मेहनत, मजुरी करतात, त्यांना शाळा शिकायला मिळत नाही. सर्वांना शिक्षण मिळाले पाहिजे, तो हक्क आहे.

"काही मुलं अपंग बनतात, त्यांना औषधोपचार मिळत नाही, भरीस भर मालक लोक त्यांच्याशी अभद्र व अमानवीय व्यवहार करतात, त्यांना मारझोड करतात, त्यांच्याकडून अवजड कामं करून घेतात, जराही दयामाया नसलेल्या अशा मालकांना, तर भर चौकात चाबकाचे फटके मारले पाहिजेत."

सुधाकरसाहेबांच्या भाषणावर अधूनमधून टाळ्या मिळाल्या. शेवटी अध्यक्षांचे भाषण झालं. ते केवळ सुधाकरसाहेबांच्या स्तुतीचे होते.

ते म्हणाले, "श्रीमान सुधाकर साहेबांसारखा मनमिळाऊ, सहृदयी, मृदूभाषी आणि कोमल हृदयाचा माणूस तुम्हाला प्राचार्य म्हणून मिळाला हे तुमचं परमभाग्य होय. अशी दयावान व कनवाळू माणसं मिळणं आता दुर्मिळ झाले आहे. त्यांना अपंगाप्रती जिव्हाळा आहे. ते मानवतेची मूर्ती आहेत. अशा महान माणसाचे मार्गदर्शन तुम्हाला मिळतं, ही खरोखर भाग्याचीच गोष्ट आहे.

"जोपर्यंत सुधाकरजीसारखे प्राचार्य आहेत, तोपर्यंत अपंगत्व निवारण दिवसांचं आयोजन धूमधडाक्यात होतच राहील. जोपर्यंत सुधाकरजीसारखे या विद्यालयाचे प्राचार्य आहेत, तोपर्यंत इथल्या मुलांच्या भविष्याला कुठलाच धोका उत्पन्न होणार नाही."

अध्यक्ष साहेबांच्या भाषणावर तर प्रचंड टाळ्या पडल्या. भाषणात सुधाकर साहेबांची तोंड भरून स्तुती होत होती, सर्वांनी सुधाकरजींना शुभेच्छा दिल्या. त्यांचे अभिनंदन केले.

सुधाकरजींना आता कायमस्वरूपी प्राचार्यपद मिळेल, याची खात्री वाटू लागली. ते खूश होते. परंतु मनात एक सल होताच. त्यांचा यशदायी, खादीचा वूलनचा सूट आज त्यांच्या अंगावर नव्हता, आणि दुसरं म्हणजे उप-शिक्षणमंत्री आज आले नव्हते.

ते घरी पोहोचले. घराचा दरवाजा उघडाच होता. उघडा दरवाजा पाहून त्यांचा क्रोध आणखी एकदा अनावर झाला. घर उघडं टाकून ही शालू कुठं मरायला गेली? दळभद्री. कुणी चोर घरात शिरला तर!

त्यांचा रागाचा पारा वर वर चढत होता, ते तणतणत घरात गेले. आतल्या हॉलमध्ये माळी बसला होता. त्याच्यापासून थोड्याच अंतरावर सोफ्याच्या बाजूच्या फरशीवर रक्ताचे डाग दिसत होते.

"शालू कुठं आहे?" सुधाकरजी कडाडले.

माळी उठून उभा राहिला. हात जोडून नम्रपणे म्हणाला,

"साहेब, शालूच्या डोक्यातून बरेच रक्त वाहून गेलं. ती बेशुद्ध पडली होती. म्हणून आम्हीच तिला दवाखान्यात दाखल केलं."

"पण का? काय झालं असं?"

"साहेब, सकाळी ती पडली होती. तिचं डोकं टेबलावर आदळलं होतं." माळी भीत भीत सांगत होता.

सुधाकरसाहेबांना सकाळची घटना आता आठवली होती. थोडा वेळ थांबून काहीच घडलं नाही, असं भासवीत ते माळ्याला म्हणाले,

"सुखीया, त्या दळभद्री शालूला याचवेळी दवाखान्यात जाण्याची अवदसा कशी आठवली? माजली ती कर्मदरिद्री अपंग कारटी. आता आमचं दुपारचं जेवण कोण तयार करील?'

◆ ◆ ◆

3. जननी जन्मभूमी...

उंबरठ्यावरचं भरलेलं माप लवंडून सुमित्रा आत प्रवेश करती झाली ती काहीशा अनिच्छेनंच. हे लग्न तिच्या इच्छेविरुद्ध झालं होतं, तिचा सपशेल भ्रमनिरास झाला होता, तिचं स्वप्न भंगलं होतं. किंबहुना, तिच्या आकांक्षेचा बळी गेला होता म्हणा ना! हे लग्न तिला पसंत नव्हतं व ते तिच्यावर लादलं गेलं होतं, असं सगळीकडे बोललं जात होतं.

रामभाऊंच्या घरात कशाची कमतरता होती अशातला भाग नव्हता. उच्च मध्यमवर्गीयाकडे असावी, अशी सगळी सुविधा होती, आधुनिक यंत्रयुक्त सुखसाधनं होती. रामभाऊ उच्च विद्याविभूषित होते. असं असलं तरी ते रोज संध्याकाळी रामरक्षा व हनुमान चालिसा नेमानं म्हणणारे होते. आपलं आयुष्य जगण्याचा प्रत्येकाचा स्वतंत्र मार्ग असतो; त्याची श्रद्धा असते व त्याला त्याप्रमाणे जगण्याचं स्वातंत्र असतं. आधुनिकतेला स्वीकारत त्याचं पंरपरेला चिकटून जगणं सुरू होतं. ते अशा जगण्यात समाधानी होते.

सुमित्रा एका गर्भश्रीमंत बापाची व आधुनिक विचार असलेल्या कुळात जन्मलेली मुलगी होती. बिनधास्त जगणं हा तिचा स्थायीभाव होता, नव्या फॅशनची तिला चटक लागली होती, आपल्याला आवडेल तसं जगण्याचा तिचा इरादा ठरलेला होता, कुठलंही बंधन तिला पसंत नव्हते.

आपला जोडीदाराही तसाच असावा, असं तिला वाटणं साहजिकच होतं.

रामभाऊसारखा मवाळ व पापभीरू स्वभावाचा नवरा अर्थातच तिला पसंत नव्हता. जगण्याच्या तिच्या आपल्या वेगळ्या पाश्चिमात्य विचारसरणीकडे झुकणाऱ्या कल्पना होत्या. भारतीय

परंपरेच्या विपरीत अशा त्या कल्पना तिच्या बापालाही आवडणाऱ्या नव्हत्या.

सुमित्रा सुस्वरूप होती. आपल्या सौंदर्यावर भाळून अवतीभोवती घिरट्या घालणारे आंबटशौकीन भुंगे तिनं पाहिले होते. अनेकदा सजूनधजून ती पार्ट्यांसाठी क्लबातून फिरत होती. लग्न झाल्यावरही तिनं ही आपली जुनी आवड जोपासणं सुरूच ठेवलं होतं. रामभाऊंना ते पसंत नव्हतेच अर्थात! तरी कुणालाच न दुखवणारा तो सोज्वळ माणूस मनातून व्यथित व्हायचा व गप्प बसायचा.

खरं तर स्वप्नभंग हा रामभाऊंचा झाला होता. त्यांनाच मनासारखी सहधर्मचारिणी मिळाली नव्हती. या लग्नामुळे जीवनाचं सगळं सूत्रच बदलून गेलं होतं त्यांच्या.

परंतु सुमित्राला त्याचं काय देणं घेणं! ती आपला स्वभाव बदलण्यास राजी नव्हती. रामभाऊंनी तो बदलण्याचा प्रयत्नही केला नाही. ते आपल्या आयुष्याच्या काठावर बसून तिऱ्हाइतासारखे आसपास उठणाऱ्या तरंगांना बघत होते. आपल्या काळजाच्या काठानं उठणाऱ्या तरंगांना स्वत:हूनच मुरड घालत होते. मनावर स्वार झालेल्या लाटांना परतून लावत त्यांच्या ठिकऱ्या होताना बघत होते. स्वत:ला ते अविवाहितापेक्षा अविवाहित समजत होते.

झाल्या गोष्टीला इलाज नव्हता. सुमित्रासोबत अग्नीच्या साक्षीनं घातलेल्या सात फेऱ्यांनुसार वागणं त्यांना क्रमप्राप्त होतं. ती तिचा धर्म पाळत नसली. तरी, ते आपल्या धर्माचं पालन करणार होतं.

रामभाऊंचे आणि सुमित्राचे परस्परांच्या वागण्या-बोलण्यामुळे खटके उडत नव्हते, असं नाही. यात पुढाकार मात्र सुमित्राचाच असायचा. तिचं विपरीत वागणं रामभाऊ मनावर घेईनासे झाले होते, तरी सुमित्रा मात्र आपला हेका सोडत नव्हती. रामभाऊंच्या सोज्वळ वागण्याचा तिला तिटकारा होता, त्यांचं परंपरेला धरून असलेलं वागणं तिला खुपत होतं.

त्या दिवशी तर कहरच झाला. सुमित्राने आपल्या घरातच पार्टी ठेवली. तिच्या लग्नाच्या वाढदिवसाचं निमित्त होतं. पाचपन्नास पाहुणे व मित्रमंडळी आमंत्रित केली होती. घरातले सोफे, खुर्च्या कमी पडत होते एवढी गर्दी झाली होती. शाकाहारी व मांसाहारी जेवणाचा बेत होता. हॉट ड्रिंक व सॉफ्ट ड्रिंकची रेलचेल होती. पॉप संगीत व रॉक संगीताच्या तालावर थिरकणं सुरू होतं. वातावरणात धुंदी आली होती.

दारू, सिगारेट व मासांहार यापासून दूर असलेले व सकाळ-संध्याकाळ पूजाअर्चा करणारे रामभाऊ, हातात पेप्सीचा ग्लास घेऊन, केवळ सुमित्राच्या

तथाकथित प्रेस्टिजसाठी एका कोपऱ्यात उभे होते, एखाद्या भिंतीवरच्या निश्चल चित्राकृतीसारखे! आपल्या घरी आलेल्या पाहुण्यांचे मुखावर उसनं हास्य आणून स्वागत करीत होते. आपल्या अंतरातलं दुःख झाकून ठेवत उसना आनंद दाखवत होते. हे केवळ सुमित्राच्या तथाकथित प्रेस्टिजसाठी सुरू होते. आपल्या घरातला बेबनाव त्यांना चव्हाट्यावर आणायचा नव्हता.

असाहाय्याने आपलं दुःख आपल्याच डोळ्यांनी बघत आयुष्य ढकलणं ही खरं तर त्यांना जबर शिक्षा होती. ती भोगणं आता अपरिहार्य होतं. या शिक्षेतून सुटका झाली तर बरं, असं त्यांना मनोमन वाटत होतं, परंतु तशी शक्यता नव्हती. हे असह्य झालं तेव्हा आपल्या अपार वैभवाचा त्यांना तिटकारा आला.

सुमित्राच्या वागण्यातून-बोलण्यातून सतत त्यांचा पाणउतारा होत होता. आपल्याच घरात स्व-जनाकडून होणारा अपमान हा सर्पदंशापेक्षाही भयंकर असतो. त्याच्या वेदना या चिरकाल टिकणाऱ्या असतात. त्याच्या जखमा कधीच भरून येणाऱ्या नसतात. सुमित्राचे वागणं बोलणं नेहमीच क्लेशकारक असायचं. तिच्या बोलण्यातला विखार सतत मनात घोळत राहायचा.

आजच्या पार्टीत सुमित्राचं नखरेल वागणं व पाहुण्या मित्रांसोबतचा तिचा निर्लज्ज संवाद मर्यादांचं उल्लंघन करून जात होता. डॉ. वैष्णवांशी तिची लगट तर अवाजवी होती. रामभाऊ ते दृश्य बघत होते, त्यांचे संवाद ऐकत होते. त्यांच्या अंगाचा तिळपापड होत होता, तळपायातली आग मस्तकात जात होती; तरीही ते शांत होते.

डॉ. वैष्णवांना जरा जास्तच झाली होती. अधिकच रंगात येत ते सुमित्राला म्हणाले, ''सुमित्रा, तुझ्यासारखी रूपवान बायको खरं तर या मागासलेल्या घरात शोभत नाही.''

डॉ. वैष्णव सुमित्राच्या मनातलं बोलले होते. त्यावर ती निर्लज्जपणे म्हणाली होती-

''काय करावं! जे पदरी पडलं ते पत्करावं लागतं. आता झाल्यागेल्यावर त्याला इलाज काय?''

''परंतु पदरी पडलं याचा अर्थ काय?'' डॉ. वैष्णव म्हणाले.

''माझ्या वडिलांची जिद्द. दुसरं काय? जुन्या बुरसटलेल्या विचारसरणीचे आहेत ते.''

''तरी पण असं विशेष काही कारण? कशासाठी?''

"तसं विशेष काही नाही. पण जातीबाहेर न जाण्याचा त्यांचा हट्ट नडला खरं तर.''

"अरेरे, आजच्या एवढ्या आधुनिक प्रगत जमान्यातही असल्या मागासलेपणाच्या गोष्टी! कमाल आहे. पण, डोंट वरी सुमित्रा. अजूनही हरकत नाही. आपण नवऱ्याच्या आड राहून मनास पसंत येईल ते करू शकतोच ना!''

डॉ. वैष्णवांच्या जिभेवरचा ताबा सुटत चालला होता. ते भेलकांडत सोफ्यावर जाऊन आदळले. त्यांच्या बेताल वागण्या-बोलण्यामुळे हॉलमध्ये खसखस पिकली. रामभाऊंच्या काळजावर मात्र भला मोठा ओरखडा उठला. या गोष्टीवर वाद घालण्याची ही वेळ नव्हती. शिवाय नशेचा अंमल असलेल्या या झिंगलेल्या माणसांसमोर बोलणं म्हणजे गाढवांसमोर गीता वाचण्यासारखंच होतं.

रात्रीचे दोन वाजले. सुमित्राही अजून दारूच्या अमलाखाली होती. पाहुणे घरोघरी पांगले होते. पार्टी मध्यरात्री संपल्यानंतर व सुमित्राची जरा उतरल्यानंतर रामभाऊ सुमित्राला म्हणाले होतेच;

"सुमित्रा, विवाह एक पवित्र बंधन आहे, ती एक शाश्वत परंपरा आहे, एकमेकांच्या विश्वासावर ती टिकवायची असते. एखादं वस्त्र झटकून टाकावं आणि दुसरं घालावे इतके ते सोपं नाही. या परंपरेच्या मर्यादा पाळूनच आपण शालीन सुखाची प्राप्ती करू शकतो. त्या मर्यादांची अवहेलना करून किंवा त्यांचा भंग करून तू आपलं आयुष्य तडकून घेऊ नकोस. त्यामुळे तुझी, माझी व या घराण्याची प्रतिष्ठा धुळीस मिळेल.''

"हे बघ; उगीच काहीतरी बडबड करू नकोस. जा, झोप मुकाट्यानं.'' सुमित्रा उर्मटपणे बोलली.

सुमित्राने रामभाऊंना एकेरी संबोधलं होतं. तिच्या तोंडून दारूचा प्रभाव बोलत होता. तिच्यावर रामभाऊंच्या विचारांचा प्रकाश पडणं शक्य नव्हतंच. ती अर्धवट ग्लानीत आपल्या पलंगावर जाऊन पडली. झाल्या प्रकाराची तिला खंत, ना खेद.

त्यानंतर दुसऱ्याच दिवशी ती आपला पलंग दुसऱ्या खोलीत घेऊन गेली. रामभाऊंना ते मान्य करणं क्रमप्राप्तच होतं. तो एक मौन, समजूतदारपणे केलेला अलिखित करार होता. दोन्ही पक्षाला मान्य असलेला करार!

हे एका दृष्टीनं संबंध विच्छेदाची सुरुवात दाखवणारं कृत्य होतं. संबंध विच्छेदाचं दुःख अर्थात रामभाऊंनाच होतं. सुमित्राला त्याची पर्वा नव्हती. ते

तिच्या इच्छेनुसारच तिनं मुद्दामहून केलेलं होतं.

रामभाऊ आता एकटे पडले होते. त्यांचा एकुलता एक पुत्र सौरभ, त्या दोघांना सांधणारा दुवा होता खरा, परंतु सुमित्रा त्याला आपल्या एकटीच्या संपर्कात जास्त ठेवायची. आपला काहीही अपराध नसताना ही एकटेपणाची शिक्षा रामभाऊ भोगत होते निमूटपणे. ती शिक्षाच त्यांना सतावीत होती. एखाद्या शापित आत्म्यासारखं एकटंपण त्यांना खायला उठत होतं, अस्वस्थ करीत होतं.

त्या दोघांचं वागणं पूर्णत: एकमेकांशी विसंगत होतं. रामभाऊ आपला एकटेपणा घालवण्यासाठी 'त्वमेव माता पिता त्वमेव' अशा ध्वनिमुद्रिका लावायचे किंवा.....'ॐ भूभुर्व: स्वाहा तत्सवितुर्ववरेण्यं' हा गायत्री मंत्र पुटपुटत बसायचे; त्याचवेळी हटवादीपणे शेजारच्या खोलीतून पॉप संगीताची शोभा गुर्टूची कॅसेट लागलेली असायची. त्या कर्णकर्कश आवाजात रामभाऊंचा सत्संग वाहून जायचा.

रामभाऊ मोठ्या हौसेनं सौरभकरता आइस्क्रीम आणायचे, तर टॉन्सिल वाढण्याच्या सबबीवर ते खिडकीतून बाहेर फेकले जात असे. रामभाऊंच्या प्रत्येक कृतीला सुमित्राचा विरोध ठरलेला असायचा.

मनं दुभंगली होतीच. खरं तर ती सांधली तरी केव्हा गेली होती? तरी पण ती आणखी ताणली जाऊन तुटू नयेत, असं रामभाऊंना मनापासून वाटत होतं. वाद नकोतच आणि मतभेद असले तरी ते विकोपाला जाऊ नयेत; आणि शक्यतो मिळतंजुळतं घ्यावं, आपल्या परीनं पुरेपूर सहयोग द्यावा, यातच शहाणपण आहे, अशा विचारांचे रामभाऊ होते.

ते स्वत:चीच समजूत घालीत. पण परिस्थितीत फरक जाणवत नव्हता. आता ही एकटेपणाची भावना जास्तच जीवघेणी वाटत होती. या शिक्षेतून मुक्ती मिळाली तर बरं होईल, असं त्यांना वारंवार वाटायला लागलं होतं.

सौरभ हुशार मुलगा होता. चांगल्या मार्कांनी एम.बी.बी.एस. झाला. पुढे आणखी शिकावं असं त्याला वाटत होतं. सुमित्राची रामभाऊंच्या विरुद्ध कूटनीती सुरूच होती. सौरभ आता जाणता झाला होता. रामभाऊंच्या मनाला तो एक विरंगुळा होता. परंतु त्याला आपल्या बाजूला ओढून घेऊन तो आपला एकटीचाच राहावा व रामभाऊंचं ते एकुलतं एक सुखही हिरावून घ्यावं, असं तिचं दुष्ट मन सांगत होतं.

सुमित्रानं त्यासाठी एक योजनाबद्ध खेळी खेळली होती. तिने सौरभला उच्च शिक्षणासाठी अमेरिकेला पाठवण्याचा घाट घातला होता व तो यशस्वीही झाला होता.

सौरभ अमेरिकेला गेला. रामभाऊ आता सर्वस्वी एकटे पडले होते. खरं तर आपण सौरभसोबत अमेरिकेत राहावं व रामभाऊंना भारतात एकटं पाडावे, असा सुमित्राचा डाव होता. तिचं हे कुटिल वागणं रामभाऊंच्या लक्षात येत नव्हतं असं नाही. पण जे होते ते भल्यासाठी असं समजून ते गप्प राहत. आगीच्या ठिणग्यांना फुलं मानून ते वेचत बसत व जिव्हारी लागलेल्या जखमांना कुरवाळीत म्हणत, 'माणूस हा दैवाच्या हातचं खेळणं झालेला असतो; ते नाचवील तसं नाचायचं. आपल्या हातांत काय असतं एरवी'

सौरभही कसा बदलला होता कुणास ठाऊक! नाही म्हणता पत्रं येत असत त्याची, पण ती त्याच्या मम्मीसाठी असत. रामभाऊंसाठी एका ओळीचा नमस्कार मात्र असायचा. आता आता जी पत्रं येत त्यात त्याच्या मैत्रिणीविषयी भरभरून लिहिलेलं असायचं. अमेरिकेतलं आधुनिक जगणं याविषयी तो लिहायचा. तेथील प्रगत जीवनाबद्दल लिहिताना त्याला भारतातील सुसंस्कृत जीवनशैलीच चांगली वाटायची. त्याला एक चांगली मैत्रीण जी मिळाल्याचा उल्लेख आताशा वारंवार तो करत होता.

ज्युली, ज्युली नाव होतं तिचं. त्याच्यासोबत होती ती शिकायला अमेरिकेत. त्याचं प्रेम जडलं होतं, तिच्यावर. दोघं एकमेकांवर नितांत प्रेम करतात असं लिहून कळवलं होतं सौरभनं. सुमित्राला ते वाचून आनंदाच्या उकळ्या फुटल्या होत्या.

आता दोन महिन्यांआधी सौरभचं पत्र आलं होतं. त्यात तर त्यानं चक्क लिहिलं होतं. 'तो ज्युलीशी लग्न करणार आहे म्हणून!' अमेरिकेतच होणार आहे म्हणे लग्न. सुमित्राला हे ऐकून अति आनंद झाला होता. तिची गुप्त योजना साकार व्हायला आता सोपं जाणार होतं.

रामभाऊ मात्र निराश झाले होते सौरभच्या या निर्णयावर. आपला मुलगा एक निष्णात डॉक्टर झाला आहे, असं ते चारचौघांत मोठ्या अभिमानानं सांगायचे. तो आता मायदेशी परतणार आणि त्याच्या वैद्यकीय ज्ञानाचा उपयोग आपल्या देशातल्या गोरगरिबांसाठी होईल, अशी त्यांची अटकळ होती. त्यांच्या मते ही मातृभूमीची सेवा होती व ते पुण्याचं काम होतं. म्हणून रामभाऊ त्याच्या परतण्याची वाट बघत होते.

परंतु हे तर भलतंच झालं होतं. सौरभ एका अभारतीय मुलीशी विवाहबद्ध होतोय म्हणजे अमेरिकेत स्थायिक होतो की काय! अशी भीती त्यांच्या मनाला

स्पर्शून गेली. हे म्हणजे फारच विसंगत वाटलं त्यांना.

आपण विरोध करू या का त्याला? असं क्षणभर वाटून गेलं त्यांना. परंतु क्षणभरच. आता खूप पाणी वाहून गेलं होतं. झाल्या गोष्टी आता मागे थोड्याच फिरणार होत्या? आता विरोध प्रकट करणं म्हणजे मूर्खताच होती. शिवाय सौरभ आपला एकुलता एक मुलगा असला तरी सुमित्रा त्याच्या बाजूनं होती, रामभाऊंच्या बाजूनं कुणीच नव्हतं.

रामभाऊ मनोमन समजले होते, की हा सुमित्राच्याच डावपेचाचा एक भाग आहे. सौरभ व ज्यूली लग्न करून अमेरिकेतच स्थायिक होणार हे सूर्यप्रकाशाइतकं स्पष्ट होतं. इतरांचा असाच अनुभव होता. आता सुमित्राला सौरभसोबत अमेरिकेत जाऊन राहण्याची नामी संधी प्राप्त होणार होती. म्हणजे घरातल्या घरात आपल्याशी संबंधविच्छेद करण्यास तिला वाव मिळणार होता.

रामभाऊ समजले होते, की अशा प्रकारे सुमित्राला आपली साथ सोडणं शक्य होणार होतं. भारतात राहून घरातल्या घरात ते जरा अवघड होतं. तिची योजना फलद्रूप होत होती.

सुमित्राच्या कुटिल कारस्थानाची स्पष्ट कल्पना येऊनही रामभाऊ उदास झाले नाहीत. मुलगा आपल्यापासून तुटतो आहे ही कल्पना वेदनाकारक होती, तरी सुमित्राचं दूर जाणं हे चांगलंच होतेय असं त्यांना वाटत होतं. एका छपराखाली संवेदनाहीन वागण्यापेक्षा परदेशात राहून तसं वागणं हे दृष्टीआड चांगलं. जगाला खोटं खोटं प्रेम दाखवीत पती-पत्नी बनून राहण्याचं नाटक कशाला हवं!

सौरभच्या वागण्याचे तसं त्यांना फार वाईट वाटलं नव्हतं, तरी मनाचा एक कोपरा दुखावला होताच. ते आपल्या मनाशीच म्हणत "सौरभ माझ्या रक्तामासाचा मुलगा आहे. त्याच्या नसानसांतून माझंच रक्त वाहतं आहे. त्याचं लग्न ज्युलीशी लागणं ही माझ्या दृष्टीनं महाभयंकर गोष्ट आहे."

ते सुमित्रालाही म्हणाले होते, "सौरभ माझा मुलगा आहे, ब्राम्हण आहे तो. त्याचं लग्न परदेशी मुलीशी म्हणजे..."

सुमित्रा हार मानणारी स्त्री नव्हती. तिला तर सौरभच्या निर्णयामुळे अपार आनंद झाला होता. तिचाच विजय होता तो. तिची प्रत्येक योजना सफल होत होती. त्या विजयाच्या उन्मादातच तिनं एक गौप्यस्फोट केला, की जो करायला नको होता.

ती उन्मादाच्या भरात म्हणाली, "सौरभ माझा मुलगा आहे. त्याच्या

शरीरातून माझं रक्त वाहतं आहे व ते इंग्रजी रक्त आहे.''

"कसं शक्य आहे ते?'' रामभाऊ उसळून म्हणाले.

"तेच खरं आहे, त्याला इंग्रजी रक्ताची देणगी माझ्याकडूनच मिळाली आहे. कारण माझी आई इंग्रज होती.'' सुमित्रा निर्लज्जपणे म्हणाली.

रामभाऊंच्या कानात जणू शिशाचा रस ओतला गेला. ते भयंकर व्यथित झाले. आपण पूर्णपणे ठगविले गेलो असं त्यांना प्रकर्षानं जाणवलं. परंतु ते सत्य होतं. क्रूर व बीभत्स सत्य!

आता रामभाऊंना एकाएकी खूपच एकटं वाटू लागलं. आपल्या आयुष्याच्या क्षणाक्षणाला ठिकऱ्या उडताहेत असं वाटू लागलं. ते बेचैन झाले व आपलं कपाळ दोन्ही हातांनी गच्च धरून सोफ्यावर कोसळले. त्यांच्या डोळ्यांपुढे संपूर्ण काळोख पसरला होता.

त्यानंतर आलेल्या पत्रात, तर सौरभनं स्पष्टच लिहिलं होतं, की तो अमेरिकेतच स्थायिक होणार होता. अमेरिकेचं नागरिकत्व घेऊन तो ज्युलीसोबत आयुष्य व्यतीत करणार होता.

रामभाऊ ते पत्र वाचून मनात म्हणाले होते, "राहा बेटा तिकडेच; पण मजा नाही. आपला देश तो आपला देश; आपली माती ती आपली माती. आपण आपल्या देशात हक्कानं राहातो. कारण आपण आपल्या देशाचे सन्माननीय नागरिक असतो. तुम्हाला अमेरिकेत दर्जा मिळेल तो सेकंड रेट नागरिकाचा.

आपला देश सोडून तिकडं राहणं हा विश्वासघात आहे आपल्या देशाचा. ही प्रतारणा आहे मातृभूमीशी...'जननी जन्मभूमिश्च स्वर्गादपी गरीयसी''

रामभाऊ भावनाविवश होऊन बोलत होते.

रामभाऊंच्या भावनांची जराही कदर न करता सुमित्रा त्यांना म्हणाली, "आपला आपला दृष्टिकोन आहे तो. आपल्यावरून दुसऱ्याची तुलना करू नये तुमच्या या देशात आहेच काय नाव घेण्याजोगं? या भिकार देशातल्या थर्ड रेट जगण्यापेक्षा अमेरिकेतलं सेकंड रेट जगणं केव्हाही चांगलं!''

सुमित्राचं बोलणं ऐकून रामभाऊ कमालीचे दुःखी झाले. परंतु सुमित्रा ही मूर्ख स्त्री आहे, तिच्याशी वाद घालण्यात शहाणपणा नाही, अशी समजूतदारपणाची भूमिका घेऊन ते गप्प बसले. या कटू संवादानंतर घरात शांतता निर्माण झाली.

काही वेळानं त्या शांततेचा भंग करीत सुमित्रा म्हणाली, "मला सौरभनं बोलावलं आहे अमेरिकेत. मी तिथंच जाऊन राहाणार आहे त्याच्या व ज्युलीजवळ.''

"ठीक आहे;'' रामभाऊ शांतपणे म्हणाले. तसं पाहता तिनं अमेरिकेत

जाण्याचं जाहीर प्रकटन केलं होतं, तशी सूचना दिली होती. रामभाऊंची परवानगी नव्हती मागितली. तिची मनीषा तिनं बोलून दाखविली होती व ती अमलात देखील आणणार होती.

तिची उत्तेजना आता परम सीमेला पोहोचली होती. ती आता रामभाऊंना सोडून जाणार होती. त्यांना या जगात उघडं, नागडं व एकटं करण्याचा चंगच बांधला होता तिनं. रामभाऊंचा या गोष्टीला नकार नव्हता आणि असला तरी ते काय करू शकत होते?

असेच काही दिवस निघून गेले आणि अचानक एके दिवशी सौरभकडून मेसेज आला. अर्जट मेसेज होता तो. सुमित्रा व रामभाऊंसाठी सौरभ व ज्यूलीकडून आलेला तो आश्चर्यकारक व अनपेक्षित मेसेज! त्यात लिहिलं होतं....

"शुक्रवारच्या वॉशिंग्टन फ्लाईटने भारतात येत आहे. विमान रात्री दोन वाजता मुंबईला पोहोचेल. बाकी सर्व ओ. के. आहे."

हे काय भलतेच! सुमित्रानं तो मेसेज पुन्हा काळजीपूर्वक डोळ्यांखालून घातला. तिची उत्तेजना एकाएकी संपून गेली. तिच्या योजनेवर पाणी फिरतं की काय, अशी भीती तिला वाटून गेली. त्या दोघांनाही या नव्या निर्णयातलं गूढ काही समजेना. आश्चर्य व शंका यांनी ते गोधळून गेले होते.

सुमित्रा आता अमेरिकेत निघून जाणार व आपल्याला तिच्यापासून मुक्ती मिळणार म्हटल्यावर रामभाऊंना जरा हायसं वाटलं होतं. परंतु आता सौरभच इकडे येतो म्हणजे? म्हणजे आपली संभाव्य मुक्ती हे मृगजळच ठरणार की काय? रामभाऊंच्या संभाव्य आनंदावर हे विरजण पाडणारे होते.

सुमित्रासुद्धा गोंधळून गेली होती. ती रामभाऊंना म्हणाली, "काय, सौरभ आपली गंमत तर करीत नाही ना?"

"कशाबद्दल?" रामभाऊ भाबड्या स्वरात म्हणाले.

"त्याच्या ज्यूलीसोबत झालेल्या लग्नबद्दल, अमेरिकेत स्थायिक होण्याबद्दल, आणि आता भारतात येण्याबद्दल?"

रामभाऊंना सुमित्राच्या मनाची घालमेल स्पष्ट दिसत होती. तिच्या मुखावरची उत्तेजना फिकट झाली होती. सोबतच पराजयाची खंतही डोकावत होती. ते तिला म्हणाले,

"त्या दोघांचं लव अफेअर तर गेल्या दोन वर्षांपासून सुरू होतं. लग्न तर

केव्हाच केलं असेल त्यांनी.''

''मग मला तिकडे बोलावून ती दोघं भारतात कशाला येत आहेत. इतकी वर्षं तिकडे राहून कुणी कशाला येईल या भिकार देशात?''

''कुणास ठाऊक.'' आपली थंड प्रतिक्रिया देत रामभाऊ बेफिकीरपणे पलंगावर लवंडले. त्यांना या घडामोडी मनोमन चांगल्या वाटत होत्या. परंतु उतावीळपणे ते व्यक्त करीत नव्हते. नपेक्षा 'नसे दु:खात उद्वेग, सुखाची लालसा नसे...' अशी स्थितप्रज्ञाची भूमिका त्यांनी स्वीकारली होती, शिवाय एक प्रकारचं कुढलेपण त्यांच्या स्वभावात आलं होतं.

रात्रीचे नऊ वाजले होते. सुमित्राने गेली अनेक वर्षं तिच्या खोलीत नेलेला तिचा पलंग रामभाऊंच्या खोलीत आणला. रामभाऊंनी तत्काळ प्रश्न केला...

''माझ्या बेडरूममध्ये; तुझा पलंग?''

''मग काय झालं? तुमचा काय विचार, मी तरुण मुलगा आणि सून यांच्या खोलीत झोपू?''

''नाही, पण अजून शुक्रवार लांब आहे. अजून दोन रात्री बाकी आहेत.'' रामभाऊ म्हणाले.

''रामभाऊ, तुम्ही साधूपुरुष आहात ना. पत्नी जवळ जरी असली तेवढा संयम पाळू शकता तुम्ही.''

एका अभद्र व कुत्सित हास्यानं त्यांचा संवाद बंद पडला. सुमित्राच्या धूर्त व चतुर शब्दप्रयोगानं त्यांच्या आयुष्यातल्या एका नागड्या सत्याची जणू साल ओरबाडून काढली होती.

काय फक्त एका छताखाली वर्षानुवर्षं राहाणाऱ्या पुरुष आणि बाईला पती पत्नी म्हणता येईल? केवळ ते लग्नाच्या बेडीत बांधले गेले म्हणून? अग्नीला घातलेले सात फेरे हा केवळ एक परंपरेनं पार पाडलेला उपचार होता. जगाच्या नजरेत ते एक पवित्र कार्य होते. एकच उच्च विद्याविभूषित मुलगा. खरं तर त्या दोघांमधला पूल होता तरीही अशी संबंधहीनता?

आज शुक्रवार. मनात नसतानाही रामभाऊंना विमानतळावर यावं लागलं होतं. ते कुणाशीही बोलत नव्हते. विमान ठरल्या वेळी आलं होतं. त्याआधी सुमित्रानं रामभाऊंना सूचना दिल्या होत्या. ती म्हणाली होती,

''तुमची ती तुळशीची माळ, ते धोतर, ते लाल वस्त्रातले ग्रंथ, हे सगळं गुंडाळून ठेवा कपाटात. ती ज्युली तुमच्या या फालतू अवडंबरावर नाराज होईल.'' रामभाऊंनी तिचं म्हणणं ऐकून न ऐकल्यासारखं केलं.

सौरभ व ज्यूलीला विमानतळावरून आणायला सुमित्रानं शेजारच्या देशमुखांची कार घेतली होती. विमानतळाहून परतताना तीच कार चालवीत होती, तिच्या बाजूला सौरभ व ज्यूली बसले होते, रामभाऊ एकटेच मागील सीटवर बसले होते. गडद अंधार पसरला होता, सर्वत्र व्यापून राहिलेली उत्तररात्रीची निरव शांतता अंगावर धावून येत होती.

विमानतळावरचे जाहिरातीचे चमचमते बोर्ड केव्हाच मागे पडले होते. रामभाऊ मागे बसून भूतकाळात पोहोचले होते, एकटेच! सर्वत्र शांतता होती. त्या शांततेचा भंग करीत सौरभ म्हणाला,

''मम्मी, गाडी नवी घेतलीस वाटतं!''

''नाही रे, आपल्या शेजारच्या देशमुखांची आहे.''

रामभाऊ गप्प बसले होते. त्या दोघांच्या शिळ्या व संदर्भहीन, सुकलेल्या फुलांसारख्या निर्जीव गोष्टीत त्यांना रस नव्हता. शिवाय त्या दोघांच्या मनात एखादा गुप्त डाव आहे की काय, अशी शंका व त्यामुळे वाटत असलेली सुप्त भीती त्यांच्या मनाला कुरतडत होती. त्यामुळे त्यांना अधिकाधिक आधारहीन वाटत होते.

त्यांना वाटलं, काय, या एकटेपणाच्या शिक्षेतून आपली सुटका होणारच नाही की काय? किती विचित्र असतं माणसाचं मन! एकटेपणाची ही अंतहीन यात्रा सुरू होऊनसुद्धा सगळं कसं पुन्हा छातीला चिकटून राहू पाहातं!

रामभाऊंना आज विमानतळावर घडलेला सीन मात्र राहून राहून आठवत होता. बाहेर आल्यानंतर सौरभनं रामभाऊ व सुमित्राचा ज्युलीशी परिचय करून दिला. सुमित्रा त्या दोघांना एकत्र मिठी मारण्यासाठी पुढे आली होती. परंतु त्या दोघांनीही तिला टाळून रामभाऊंच्या पायाला प्रथम स्पर्श केला होता, नंतर सुमित्राच्या!

या घटनेमुळे रामभाऊंच्या डोळ्यांत चमक आली होती. का कुणास ठाऊक, पण काहीतरी असंगत घडतं आहे, असा आभास त्यांना होत होता. परंतु काहीच न बोलता ते मागील सीटवर शांत बसले होते.

रात्रीचे तीन वाजले होते. कुणालाच झोप आली नव्हती. सौरभ सुमित्राच्या पलंगावर व ज्युली रामभाऊंच्या पलंगावर बसले होते. सुमित्रा व रामभाऊ दोन वेगवेगळ्या आरामखुर्च्यांत विसावले होते.

शांततेचा भंग करीत ज्युली म्हणाली, ''किती शांत व पवित्र वातावरण आहे इथं.''

"तुम्ही दोघांनी लग्न केलं की नाही?" सुमित्रानं आपल्या मनात साठवलेल्या शंकांना वाट करून दिली.

"होय तर, पंधरा दिवसांपूर्वीच." सौरभ म्हणाला.

"होय का? आम्हाला कळवलंसुद्धा नाही."

"अगं मम्मी, आम्ही येणारच होतो ना भारतात, म्हटलं, जाऊनच सांगू सगळं."

"बरं बरं, छान झालं. आता इकडे किती दिवस मुक्काम? परत कधी जायचं अमेरिकेला?"

"मुक्काम आणि किती दिवस? हे काय विचारतेस मम्मी? अगं आता कायमचेच राहायला आलो आम्ही भारतात. आपला देश तो आपला देश. माझ्या लक्षात आलं आता ते. पप्पा म्हणत होते तेच खरं. मला माझ्या पप्पांसोबत, माझ्या ममासोबत राहायचं आहे माझ्या देशात. मी या देशाचा नागरिक म्हणून राहीन, अमेरिकेत सेकंड रेट नागरिक म्हणून नाही. आम्ही दोघांनी मिळून हा निर्णय घेतला आहे."

"का बरं, हे कसं काय आलं तुझ्या मनात? ही कुठून अवदसा सुचली तुम्हा दोघांना? आहेच काय या भिकार देशात राहण्यासारखं?" सुमित्रा बोलली.

हे सगळं सुमित्राच्या मनाविरुद्ध होत होतं. तिच्या मूर्ख व उथळ योजनांवर त्यामुळे पाणी फिरणार होतं. रामभाऊ हे सगळं एक मौन श्रोता होऊन ऐकत होते. खरं तर त्यांनाही हा एक अनपेक्षित धक्का होता, परंतु आनंदाचा.

ज्यूली पुढे सांगू लागली. म्हणाली, "मम्मी, आम्ही आता इथंच या भारत देशातच राहाणार आहोत. माझे वडील आजारी होते. ते पंधरा दिवसांपूर्वीच वारले. त्यांच्या समक्षच माझं लग्न व्हावं असं त्यांना वाटत होतं. म्हणून आम्ही लग्न उरकून घेतलं. लग्न झालं आणि ते दुसऱ्याच दिवशी गेले. जणू माझं शुभमंगल पाहण्यासाठीच थांबले होते ते.

"अमेरिकेतले माझे सगळे संदर्भ आता संपुष्टात आले आहेत. शिवाय मी सौरभशी लग्न केलं आहे. आता त्याचा देश तो माझा देश. त्याचे नातेवाईक ते माझे नातेवाईक. त्याचं सुख ते माझं सुख. आम्ही जन्मभर सोबत राहण्याची शपथ घेतली आहे ना!"

ज्युली समजूतदार भारतीय सुसंस्कृत स्त्रीसारखी बोलत होती. भावनाविवश होऊन सांगत होती. हे सगळं सांगताना तिचा कंठ दाटून आला होता. ती पुढे

म्हणाली,

"आमच्या अमेरिकेतसुद्धा वर्णद्वेषाच्या खूप भानगडी आहेत. किती निष्पाप माणसं बळी पडतात या वर्णद्वेषाच्या फालतू वादात. सर्वांच्या धमन्यातून एकच लाल रंगाचं रक्त वाहत असताना कुणी कधी आणल्या या उच्च नीचतेच्या गोष्टी? मला माझ्या सौरभची खूप काळजी वाटत होती. म्हणून आम्ही ठरवलं की भारतात येणं चांगलं. होय की नाही हो, डॅडी?"

ज्युलीनं आपल्याला 'डॅडी' म्हटलं हे रामभाऊंना फार बरं वाटलं. ज्युलीनं सगळं प्रांजळ मनानं सांगितलं होतं. रामभाऊ त्या तिघांच्या चेहऱ्यावरचे भाव बारकाईनं टिपत होते. एरवी कुणालाही हार न जाणारी सुमित्रा आज मात्र सपशेल हरली होती. रामभाऊंना अतीव आनंद झाला होता.

मुलगा व सून आपल्या सोबत राहाणार आहे; तो आपल्या देशातल्या लोकांच्या सेवेत राहाणार आहे, या मातीचं ऋण फेडण्याची त्याला संधी मिळाली आहे, याचाच रामभाऊंना आनंद वाटत होता,

'जननी जन्मभूमिश्च स्वर्गादपि गरीयसी' रामभाऊ ओठातल्या ओठांत पुटपुटले.

◆ ◆ ◆

४. साधना

दुर्बल, अशक्त वाटावी अशी, शेलाट्या देहयष्टीची लहानखुरी मुलगी. कदाचित लग्नाचं वय उलटलं असावं. परंतु चेहरा पाहून तसं ओळखता येत नाही. सतत कामात असते ती. कामही शंभर ठिकाणी. तरीही तिची अवस्था म्हणजे धोबी का कुत्ता, ना घर का ना घाट का अशी. तिचं नाव अमिता.

उन्हात फिरते, पावसात भिजत हिंडते, दिवसभर सारखा पायाला भोवरा बांधलेला. आंघोळ, पाणी याबाबतीत काही खास असे नियम पाळत नाही ती. सतत काम आणि काम. कवडीची उसंत नाही.

'फायदा काय?'

'तेच तर! कोण समजावेल?'

आणि समजावून समजली तर ती अमिता कसली?

सरळ, साध्या माणसांना यात काहीच फायदा दिसत नाही. ती अनेकदा म्हणते, "हजारातून एखाद्या व्यक्तीला जरी मी माझ्या कामाचं महत्त्व पटवून देण्यात यशस्वी झाले, तरी तो माझा मोठा फायदा असेल." खरी गोष्ट आहे. सवय...!

आपल्या सुखी घरात आग लावून रस्त्यावर आली आहे अमिता.

समृद्ध घरातली मुलगी. ऐकून पाहून सुस्वभावी आणि चांगली शिकलेली. मनात आणलं, तर चांगला कमाई करणारा नवरा सहज मिळाला असता. परंतु नाही! ही आपली लागली बाल कल्याण समितीची स्थापना करायला.

पाण्यापावसात, उन्हातान्हात, गल्ली बोळातून फिरत, दारादारावर ठकठक करत,

साधना / ४९

अडाणी, अशिक्षित मातांच्या मनात बालकल्याणासोबत अनेक चांगल्या गोष्टींचं ज्ञान पेरत ही आपली वणवणत्येय, स्वत:ची पर्वा न करता. केवढी तिची स्वप्नं! केवढ्या आशा! देशात या पुढच्या पिढ्या अगदी आदर्श मुलांच्याच निपजणार. सगळीकडे आदर्शच आदर्श!

तिचं अभियान सुरूच होतं. आपल्या बालकल्याण समितीच्या अधिवेशनात, बालकल्याणाच्या कामात विशेष रुची असलेल्या याच शहरातल्या सुप्रसिद्ध व्यक्तीला आमंत्रित करून, त्यांचं विद्वत्तापूर्ण भाषण काही मातांना ऐकवावं, असं तिनं ठरवलं होतं.

तिच्या या उपक्रमावर सावित्री पोट दुखेपर्यंत हसली होती, अखेरीस म्हणाली, ''मी जाऊ भाषण ऐकायला?''

अमितानं तिला शांतपणे समजावलं. म्हणाली, ''तुम्ही स्त्रियांनीच तर ऐकायचं आहे भाषण. दुसरं कोण ऐकणार! मुलांना घडवणं तुमच्याच तर हातात आहे, तुम्ही मातांनी समजून घेतलं पाहिजे, शिकलं पाहिजे, मुलांचं संगोपन कसं करावं ते.''

सावित्री तिच्या उपदेशाची पर्वा न करता हसत राहिली. म्हणाली.

''माझं एक सहा महिन्यांचं बाळ आहे. त्याचं संगोपन करीन. मोठी दोन मुलं तर कुचकामीच आहेत. त्यांची तर गोष्टच सोडा. पूर्वेकडे जा म्हटलं तर पश्चिमेची वाट धरतील. मी तर त्यांना सुधरवण्याचा मार्ग सोडून दिला आहे.''

अमितानं निश्चयपूर्वक म्हटलं, ''अरे वा ही काय गोष्ट झाली. तुम्ही बायकांनीच असं म्हटलं तर कसं चालेल? मुलांचं भविष्य तुमच्याच तर हातांत आहे आणि मुलांचं भविष्य म्हणजे देशाचं भविष्य. तेव्हा समजून घ्या. या देशाचे लहान लहान अंश तुमच्याकडे ठेव म्हणून ठेवले आहेत. अशा वेळी तुम्ही आपली जबाबदारी नाही टाळू शकत.''

तरीही सावित्री हसतच राहिली. मुलांचं संगोपन म्हणजे देशाप्रतीचं आपलं उत्तरदायित्व आहे, अशा प्रकारचा बोध तिच्या गळी उतरला आहे, असे भाव काही तिच्या मुखावर दिसले नाहीत. हसून हसून तिची मुरकुंडी वळली. थोडं थांबून ती म्हणाली,

''परंतु मी जाऊ कशी? बघतायना माझी परिस्थिती! एक मूल कडेवर. एक बोटाला धरून. यांची काय सोय लावू? यांना घेऊनही जाता येत नाही आणि सोडूनही जाणं शक्य नाही. अगं, सहा महिन्यापासून थेटरात सिनेमा बघायला नाही जाता आलं, तर सभा-समारंभाला कसं जाऊ? मला हसू आलं ते

याचं.''

विचित्र अशी तुलना ऐकून अमिताच्या मनात आलं, सावित्रीच्या त्या हसऱ्या गालावर एक जोरदार थप्पड मारावी. परंतु तिनं आवरलं स्वत:ला. आपल्यात तेवढं धैर्य येण्यासाठी स्वत:ला तसं प्रगल्भ सिद्ध करायला पाहिजे. त्याशिवाय लोककल्याणकारी म्हणून अधिकार नाही सांगता येणार आपल्याला. धैर्य हा मूळ गुण अंगी बाणवल्याशिवाय या कार्यात उतरता येणं शक्य नाही. म्हणून ती आणखी गंभीर होत सावित्रीला म्हणाली, ''घरात असं कुणी नाही काय की, ज्यांच्याकडे या मुलांना दोन तासांसाठी सोडून तुला येता येईल?''

''आहेत तर, आहेत ना. पण कोण तयार होईल? माझी सासू आहे. वाटलं तर तिच्याकडे या मुलांना दोन तासांसाठी ठेवता येईलही. पण सून भाषण ऐकायला जाते म्हटल्यावर ती मुलांना सांभाळील काय? बहुधा नाहीच. नाहीच सांभाळणार! तुमचं हे भाषण आमच्यासाठी घनदाट जंगलात मोती फेकण्यासारखं आहे.

''मी तर असं समजते की मुलं जशी वाढायची तशी वाढतातच हो. जशी परिस्थिती असेल तशी मी त्यांना खाऊपिऊ घालीन, कपडेलत्ते पुरवीन. बस झालं. वाचवायचं आपल्या हातात नाही, तो तर वरती बसलाय ना, त्याच्या हातात दोरी आहे, वाटलं तर जगवील, नाहीतर मारून टाकील. तो करील सगळं बरोबर.''

अमिता पुन्हा एकदा गंभीर झाली. धैर्याचं स्मरण करून आपल्या मुखावर शक्य तेवढी प्रगल्भता टिकवून ठेवण्याचा प्रयत्न करीत ती म्हणाली, ''ठीक आहे तुमचं म्हणणं. परंतु आरोग्यदृष्ट्या काय काय खायला द्यायचं, काय घालणं योग्य राहील, या गोष्टीवर तरी विचार कराल की नाही?

''तुम्ही म्हणता की परमेश्वर वाचवतो. कुठे वाचवतो? कितीतरी मुलं अकाली मरतात. कुणी कुपोषणानं, तर कुणी योग्य उपचाराअभावी व त्यांच्या अज्ञानामुळे. अज्ञानामुळे मरणाऱ्यांची संख्या खूप मोठी आहे. इतर देशातील मुलांच्या मृत्यू-दराची तुलना करशील तर तू आश्चर्यचकित होशील सावित्री. महाभयंकर आहे ते.''

अमिताचं बोलणं ऐकून सावित्री सुन्न झाली. काल रात्रीपासून एका मुलाला ताप भरलेलाच होता. घरकामाच्या घाईगर्दीत त्याच्याकडे लक्ष द्यायला वेळच मिळाला नव्हता. जरा जड आवाजात ती म्हणाली, ''इतर देशाबद्दल तर मला काहीच माहिती नाही बाई, पण माझ्याकडून जेवढं होतं तेवढं मी मनापासून

करते, मुलांचं. पण आता तुम्ही सांगितलेलं ऐकून तर फार भीती वाटते.''

''आश्चर्यचं आहे, अहो, ती भीती नष्ट करण्यासाठीच तर आम्ही हे सगळं करतो आहोत.'' असं म्हणत अमिता जरा सावरून बसली. आपल्या भाषेच्या धारधार शस्त्रानं, परंतु संयमानं व आपल्या शब्दांच्या मधुर संभाषणाद्वारे तिनं सावित्रीचं मन तयार केले एकदाचं.

मनातल्या मनात सावित्रीनं विचार केला. त्या दिवशी रविवार आहे. मुलांच्या बाबाला सुट्टी असतेच. त्याच्या हवाली मुलांना करून आपल्याला जाता येईल.

हे तर ठीकच आहे. एखाद दोन तासांसाठी मुलांना घरी ठेवून बाहेर जायचं नाही, असा लेखी करारनामा थोडाच झाला आहे!

रस्त्यावर आल्यावर अमितानं घड्याळात पाहिले. पुरे बावन्न मिनिटं बडबड करावी लागली होती या एका बाईला पटवण्यात, तेही पाच-दहा मिनिटांचं भाषण ऐकवण्यासाठी.

अनेकदा घरोघरी फिरताना असंच चित्र समोर येतं. काही लोक तर केवळ मजा मारण्यासाठी आग्रही दिसून येतात. त्यामुळे गर्दी वाढते. बरेचदा कार्यक्रमाच्या शेवटी, म्हणजे कार्यक्रम आटोपल्यावर; एखाद्या कवी-संमेलनाचं किंवा असंच मनोरंजनात्मक कार्यक्रमाचं आयोजन करावं लागतं. काही लोक त्यासाठीच हजेरी लावत असतात.

चला, लोक निदान त्या बहाण्यानं तर येतात. अमिताचा लहानगा भाचा खमंग उसळ मिळावी म्हणून पुदिन्याचं कडवट पाणी पिऊन टाकतो तसं. लोकांना भाषणाशी काही देणंघेणं नसते. ते मनोरंजनासाठी आलेले असतात. अमिताला असा अनुभव काही नवीन नव्हता.

अमिताला दूर जाताना सावित्रीनं पाहिलं. तिनं सुटकेचा निःश्वास टाकला. तिला वाटलं. हीच मुलगी सुखी आहे आपल्यापेक्षा. थोडीशीच लहान असेल आपल्यापेक्षा, परंतु कशी स्वतंत्र, स्वच्छंदपणे फिरत्येय आणि आपण?... तीन तीन मुलांना सांभाळताना नाकी नऊ येतात आपल्या.

सावित्रीनं नवऱ्यासमोर आपला प्रस्ताव ठेवला तसा तो एकदम भडकलाच. त्याला समजावणं तिला जमले नाही. ती आपल्या परीनं सांगत राहिली. परंतु त्याचा काहीच उपयोग झाला नाही. शेवटी तो म्हणाला, ''आपल्या पक्षात माणसं ओढण्याचा हा कुटिल डाव असू शकतो त्या माणसांचा. काही जायचं काम नाही भाषणाला!''

परंतु सावित्रीनं यावेळी वेगळाच मार्ग धरला. ती म्हणाली, "का जायचं नाही? कितीतरी मुली, स्त्रिया जातात. मी काही कारागृहातली बंदिवान नाही, की एक-दोन तासांसाठी घराबाहेर जाऊ शकत नाही. मी जाणार म्हणजे जाणार. तिन्ही मुलांना सांभाळायचं तर सांभाळा. नाहीतर काय होईल होईल! पोरं पडतील, झडतील, मरतील. आणखी काय वाईट होईल?"

शिशिर-सावित्रीचा नवरा- कडवट चेहरा करून म्हणाला, "तर मग परवानगी वगैरे मागायचे नखरे कशाला हवेत? घरात ऐकलेल्या भाषणामुळे एवढी तयार झालीस, आता संपूर्ण भाषण ऐकल्यावर काय काय बदल होतील तुझ्यात राम जाणे!"

"होतीलच, मी म्हणते यात कसली आली आहे भीती? ऐकताय ना, बालकल्याण समिती आहे ती. आम्हाला अशी कोणती वाईट गोष्ट सांगतील ते? तुमचं आपलं प्रत्येक वेळी निराळंच असते. प्रत्येक वेळी शंका. जसं काही आम्ही भाषण ऐकायला गेलो म्हणजे घरदार विसरून जाऊ, बाहेरच्या जगात हरवून जाऊ!" असं म्हणत सावित्री मंद हसली.

स्त्रीजातीचं हसणं हे अमोघ अस्त्र. मूर्ख असो की विद्वान, सगळ्यांचं सारखचं. सावित्रीला वाटलं, आपलं काम काढून घ्यायचं असलं, तर लगाम ताणलाच पाहिजे. त्याचबरोबर कधी सैल सोडायचा याचं ज्ञानसुद्धा पाहिजे. यावेळी शिशिरला नाराज करून चालणार नाही आणि खरं तर तीन तीन मुलांचा भार त्याच्या एकट्यावर टाकणं...

भुतासारखी खट्याळ कार्टी आपली; लहानग्याला दोन वेळा हॉर्लिक्स घालून दूध पाजावं लागेल. मुलगीचा तर काय जिद्दी स्वभाव. तिचं रडणं, बोंबलणं. मोठ्या मुलावर, तर जरा जास्तच ध्यान ठेवावं लागेल. नाहीतर हातपाय जायबंदी करून बसेल तो.

हे एक वेळा चालून जाईलही; परंतु जेवण तयार करणं? त्याची सोय कोण करेल? त्यासाठी सासूबाईंना समजवावं लागेल. त्या कशा तयार होतील राम जाणे! आजकाल त्या स्वयंपाकात जास्त लक्ष घालत नाहीत. फक्त जेवतात, पोळ्या शेकणं सोडलं आता त्यांनी. त्यांची खुशामत करणं कठीणचं. सावित्री तरी अशी खुशामत करणारी बाई कुठं होती? ती जे काही करायचं ते बुद्धिचातुर्यानंच करील.

भाषणाबद्दल तिनं काहीच सांगितलं नाही. एवढंच म्हणाली, "नाचगाण्याचा कार्यक्रम आहे. ती सकाळी मुलगी आली होती तिचा. कार्यक्रमाला येण्यासाठी

फुकट पास देऊन गेली. आग्रहानं सांगत होती... 'जरूर या' म्हणून!''

विष खाल्ल्यासारखं तोंड करून सासूबाई म्हणाल्या, ''कोण होती गं ती पोरगी?''

''काही खास ओळखीची नव्हती.''

''सकाळी तर अशा मोठमोठ्या बाता मारत होती, की मला वाटलं कुणी माहेरची आहे की काय तुझ्या आणि नाचगाण्याच्या कार्यक्रमाला जायचं तर मुलांना घरी ठेवायची काय आवश्यकता? त्यांनासुद्धा घेऊन जायचं, मजा वाटेल त्यांना.''

सहा महिन्याच्या लहानशा मुलाला काय मजा वाटेल? हा कूट प्रश्न सावित्रीने विचारला नाही. आता तर आपलं काम कसंही करून काढून घ्यायचं, हेच महत्त्वाचं होतं. म्हणून ती सहजपणे म्हणाली, ''तिकिटाचा प्रश्न आहे ना! दहा दहा रुपयाला एक तिकिट आहे, लहान मुलांचंसुद्धा! मला फुकट पास दिला त्या मुलीनं म्हणून जायचं म्हणते.''

''कुणास ठावं बाई, मुलांना घरात डांबून आया मनोरंजनाच्या कार्यक्रमाला जातात, याचा अर्थच कळत नाही आम्हा म्हाताऱ्यांना. जातेस तर जा तू. पण भाजी चिरून, पोळ्यांसाठी कणिक मळून मगच जा हो. मी झालीय म्हातारी, थकले मी आता. दहा दहा माणसांच्या पोळ्यांसाठीची कणिक मळणं होत नाही माझ्याच्यानं.''

''ठीक आहे, ठीक आहे. मी ते सगळं करूनच जाईन.'' असं म्हणत सावित्रीनं सासूबाईच्या समोरून काढता पाय घेतला. तिला वाटतं होतं, की न जाणो म्हातारीचं मन बदलून गेलं तर? शेवटी भाषणाला जायचं ठरलं.

सभागृहात दिव्यांचा झगमगाट होता. सभापती आणि प्रमुख पाहुण्यांसाठी उंच आसन व्यवस्था होती. सभागृहात खुर्च्या, बेंच ओळीत मांडलेली होती. त्यातील अर्ध्यापेक्षा जास्त भरलेली होती. मुली, स्त्रिया तर मोठ्या संख्येने आल्या होत्या. शिशिरला हे सांगितलं पाहिजे.

सावित्रीच्या दिरानं तिला सभागृहाच्या मुख्य दाराजवळ आणून सोडलं. तो निघून गेला. सावित्रीची नजर अमिताला शोधत होती. तिला वाटत होतं, अमिता आपल्याला शोधत येईल, ती आपल्याला बघून धावत येईल. आपण आल्याचा तिला खूप आनंद होईल, ती आपल्यासाठी चांगल्या बसण्याच्या जागेची व्यवस्था करील. येण्यासाठी आमंत्रण देताना तर मोठी उत्साहात होती.

परंतु अशा कितीतरी सावित्री तिथं आल्या होत्या. त्या सगळ्यांना आमंत्रणं

दिली होती. कुण्या एका सावित्रीची आठवण ठेवणं आयोजकांसाठी केवळ अशक्य होते. सावित्री याचा काही विचारच करीत नव्हती. अमितानं कित्येक दिवसांपासून अशा अनेक सावित्रींना गळ घालून आमंत्रित केलं होतं. कुणाकुणाचा चेहरा ती लक्षात ठेवणार?

असो, बसायला जागा तर मिळाली. जो कुणी भला माणूस भाषण देत होता त्याच्याकडे सावित्री टक लावून बघत होती. त्याच्या शब्दान्शब्दाकडे लक्ष देत होती. प्रथम हळू व नंतर जोरजोरात काय काय बोलत होता तो भला माणूस! देशाच्या दु:खाच्या व दुर्दशेच्या गोष्टी, बालकांचं कुपोषण, बालकांचा अकाली होत असलेला मृत्यू, पुरेसं खाद्य व आहार नसल्यामुळे त्यांचं बिघडलेलं आरोग्य, बालकांचं भविष्य, सरकारचा निष्काळजीपणा, समाजाची व बालकांच्या मात्यापित्यांची उदासीनता आणि बरंच काही.

ते म्हणाले, ''मातेचं कर्तव्य किती महत्त्वपूर्ण असतं मुलांच्या बाबतीत. बालकं किती मूल्यवान असतात. त्यांचं पालनपोषण, संगोपन, शिक्षण किती आवश्यक असते.'' आणखी बालकांबद्दल बरंच काही! शेवटी सुरू केली या देशाची इतर देशांशी तुलना. ते एवढ्यातच परदेश वारीहून आले होते म्हणून त्यांच्या सगळ्या आठवणी ताज्या होत्या.

ज्या श्रोत्यांना हे भाषण नेहमीचंच होतं. त्यांना त्यात काही विशेष वाटत नव्हतं. त्यांचे कान तेच ते ऐकून किटले होते, त्यांचं भाषणाकडे ध्यान नव्हतं आणि कानही. उलट, भाषणाच्या निमित्तानं इथं अनेक परिचित भेटले होते. त्यांच्याशी गप्पा मारण्याची चांगली संधी चालून आली होती त्यांच्यासाठी ही. आता त्यांना पुढील कार्यक्रमाचं आकर्षण होतं. म्हणून त्यांनी समोरच्या रांगेतल्या खुर्च्या बळकावल्या होत्या.

परंतु सावित्रीसारखे जे श्रोते आज प्रथमच आले होते, ते लक्षपूर्वक भाषण ऐकत होते. सावित्रीसारख्या स्त्रिया, मुली कमी शिकलेल्या असतात व ज्या वाचू शकत नाहीत त्यांच्यासाठीच अशी भाषणं चांगली व जरुरीच असतात. ऐकता ऐकता सावित्री सुन्न झाली. तिला भानच राहिलं नाही सभोवतालचं, ती एकाग्र चित्तानं ऐकत होती. भाषण देणारा समोरचा विद्वान माणूस पोटतिडिकेनं सांगत होता, ''असा कोणता देश आहे जगाच्या पाठीवर की जिथली मुलं रडत नाहीत. अशी मुलं सर्वत्रच असतात. जी भांडतात, मारपीट करतात, पडतात, झडतात, पुस्तकाच्या कपाटात जोडे-चपला आणि चपलांच्या कपाटात वह्या-पुस्तके ठेवतात. घरातलं सामान अस्ताव्यस्त करतात आणि सडकेवर कचरा फेकतात. सगळीकडे

हेच आढळते.

''परंतु जिथं केवळ आरोग्य नांदतं, सौंदर्य असतं, नियमांची बंधनं असतात आणि विश्वासाचं वातावरण असतं आणि हे तेव्हाच शक्य होत असतं, जेव्हा बालकांच्या आईंमध्ये ते घडविण्याची क्षमता असते. अशा देशातल्या माता आपल्या अपात्यांना मारणं तर दूरच, पण धाकदपटशासुद्धा करीत नाहीत. त्या धैर्यानं, समजदारीनं आणि मायेनं बालकांना शिक्षण देतात. तिथला पाच वर्षं वयाचा मुलगा जे समजतो, जाणतो, ते इथला पंधरा वर्षं वयाचा मुलगाही समजू शकत नाही आणि तेसुद्धा तिथल्या माता नोकरी करतात, समाजसेवा करतात, बाजारहाट करतात, जेवण तयार करतात... सगळंच करतात. म्हणजेच त्या मोलकरणीचं सगळं काम करतात.''

निरनिराळी उदाहरणं देत, उपदेशाचे डोस पाजत आपल्या ओजस्वी वाणीत भाषणकर्ता म्हणाला,

''या देशातल्या मातांनी जर दृढ संकल्प केला, तर त्या देशाच्या माताकडून याचं शिक्षण प्राप्त केलं, तर या देशालासुद्धा आशेची नवी किरणं दिसू शकतात. मात्र केवळ शिक्षण प्राप्त करून चालणार नाही, तर त्याची प्रत्यक्ष अंमलबजावणीसुद्धा आपल्या संसारात त्यांनी केली पाहिजे.''

भाषण थांबलं. टाळ्यांचा गजर झाला. सावित्री एक दीर्घ निःश्वास सोडून उठून उभी राहिली. दिरानं सांगितलं होतं, थोडं इकडेतिकडे फिरून दोन तासांनी गेटवर येऊन उभा राहातो म्हणून. तो आला असेल, कुणास ठाऊक? घरी मुलगा रडत असेल, त्याला भूक लागली असेल. शिशिर रागारागांत त्याला मारेल वगैरे... अचानक सोबत नसलेल्या मुलांच्या आठवणीनं मायेनं भरून आलं तिचं मन!

बिचारे हे भाषणकर्ते! त्यांना काय कळतं आईचं मायेचं मन! मुलं खरोखरच पीडित, दुःखी असतात. त्यांच्याकडे लक्ष दिलं जात नाही चांगलं. आई तरी काय करील? घरात जशी परिस्थिती असेल तसं तिला सादर व्हावं लागतं. मुलांचे लाड पूर्ण करताच येत नाहीत, रडून तशीच झोपी जातात कधीकधी.

मुलांच्या सोबत खेळतं काय कुणी घरातलं? त्यांच्या बुद्धीत, ज्ञानात भर पडावी म्हणून कुणी करते काय प्रयत्न? मुलगी किती दुबळी दिसते, अशक्त झाली. तिला योग्य आहार मिळावा म्हणून काय करतो आपण? नियमानुसार फळं, दूध, अंडे वगैरे...

नाही नाही. ही सावित्री आता अज्ञानात दिवस काढणार नाही. मुलांकडे

सहानुभूतीनं पाहीन. त्यांच्यावर उगाच रागावणार नाही, वेळ काढून त्यांच्याशी खेळेन, त्यांची प्रत्येक इच्छा पूर्ण करीन, घराकडे परतताना सावित्री अशी स्वप्नं रंगवत होती. जसं काही तिचा संसार हा स्वर्ग आहे. लहानसं कुटुंब, देवदूतासारखी गोंडस बाळं खेळतात, वाचतात, लिहितात. त्यांचं आरोग्य मुखावरून ओसंडतं आहे. सगळीकडे प्रसन्नताच प्रसन्नता पसरली आहे! सावित्री प्रसन्न चेहऱ्यानं आपल्या सुखी संसाराकडे बघते आहे. त्याच विचारात आहे ती.

तिचा दीर म्हणाला, ''वहिनी, कसला विचार करते आहेस एवढा? काही बोलत नाहीस. भाषण ऐकून भावनावश झाली आहेस काय? कुणी कुणी काय काय भाषण दिलं?''

भाषण दिलं? सावित्रीला तर माहितीच नाही, कुणी कुणी काय भाषण दिलं!

दीर हसला. म्हणाला, ''दोन तास भाषण ऐकत होतीस ना आणि कुण्या महाभागानं काय भाषण दिलं हे माहिती नाही? कसं होईल तुम्हा लोकांचं! ''

सावित्री यावर गप्प राहिली. रस्त्यात काय तर्क करणार! होईल तसं होईल. झालं म्हणजे दाखवता येईल. काय कोण, बोललं हे महत्त्वाचे नाही. काय बोललं हे महत्त्वाचं आहे आणि कोण काय बोललं ते मला चांगलं आठवते.

घरात पाऊल ठेवतेन् ठेवते, तोच मुलगी धावत आली. डोळे मोठाले करून म्हणाली, ''मोठी नाचगाणं ऐकायला गेली होती; आम्हाला का नेलं नाही?''

''बरं बरं, पुढल्या वेळी जाईन तेव्हा तुला पण नेईन हं.''

चार-पाच वर्षांची एवढीशी पोरगी, बारा-चौदा वर्षाच्या मोठ्या मुलीसारखी तोंड फुगवून बोलली,

''जास्त प्रेम दाखवण्याची गरज नाही. आम्हाला घरी टाकून बाहेर फिरायला जातेस अन् आजी इकडे घरकामानं मरते.''

सावित्रीची तळपायाची आग मस्तकात गेली. तिखट आवाजात, जवळ उभ्या असलेल्या मुलीला, मुद्दाम स्वयंपाकघरात सासूबाईला ऐकू जाईल अशा आवाजात मोठ्यानं म्हणाली,

''कधी, कधी गेली गं मी बाहेर आणि गेली तर काय झालं? माझ्यावर कुणाचं बंधन आहे की काय!''

सावित्रीची सासूबाई तणतणत स्वयंपाकघरातून बाहेर आली. रागारागात बोलली, ''पाच तास गावात भटकून आली तर आली आणि कुणासमोर डोळे

मोठे करून बोलतेस गं? आणि तुझ्या या भुतासारख्या नतद्रष्ट कारट्यांना कोण सांभाळेल? माझा मुलगा शिशिर आठवड्यातून एक दिवस सुट्टी उपभोगतो, त्याला कशापायी ही शिक्षा? हा रडतो, तो पडतो, त्यानं पायाला जखम करून घेतली. किती भानगडी या. लहान मुलांच्या आईनं असं शौक करू नयेत.''

सावित्रीच्या अंगाचा तिळपापड झाला हे ऐकून.

ती म्हणाली, ''एक दिवस मुलांना सांभाळायला सांगितलं, तर केवढा गहजब हा. असं काय आभाळ कोसळलं माझ्या बाहेर जाण्यानं? आणि मुलं काय माझी एकटीचीच आहेत? तुमची कुणी नाहीत? दोन तासांसाठी तर गेली होती. तेवढ्यातच मुलानं पायाला जखम करून घेतली. हे काय मुलं सांभाळणं झालं?''

सासूबाईला यावर काहीतरी बोलायचं होतच, पण गॅसवर दूध ठेवलं होतं म्हणून त्या स्वयंपाकघरात गेल्या. त्याच वेळी शिशिर आतून ओरडला, ''अरे, काय तमाशा लावलाय!''

''काही तमाशा नाही. एवढं खोटनाटे आरोप लावल्यावर मन जळणार नाही काय?''

''काही खोटी बोलली नाही आई. तूच उशिरानं आलीस ती आलीस आणि तुझंच ऐकून घ्यावं एखाद्या सैन्यातल्या अधिकाऱ्यासारखं! घे, या छोट्या पोराला घे, खाऊ घाल त्याला आधी काही. माझ्याकडून ही असली कामं होणार नाहीत.''

म्हणजे! इतका वेळ हा छोटा पोरगा जेवला नाही? किती भूक लागली असेल त्याला! या विचारानं सावित्रीचा पारा चढला.

एवढं समजावून सांगूनही शिशिरनं काहीच केलं नव्हतं. तिनं मुलाला बिछान्यातून उचलून घेतलं, तर ते जोरजोरात रडायलाच लागलं. त्याचे लाड करावे या मन:स्थितीत सावित्री नव्हती. ती जशी काही पाण्यातून आगीत येऊन पडली. आतापर्यंत किती आनंदी होती ती!

त्याचवेळी मुलगी तिला येऊन बिलगली. म्हणाली, ''आई, मला भूक लागली, लवकर जेवायला वाढ. आजीनं दिलं नाही जेवायला. म्हणाली, जा तुझ्या आईला माग.''

सावित्रीनं पोरीच्या पाठीत एक गुद्दा हाणला. म्हणाली, ''आईकडे कशाला जा? तिकडे यमराजाच्या दरबारात जा नं. मर जा. एवढी दुर्दशा होऊनही मरत कशी नाहीत ही पोरं?''

"चूप राहा सावित्री. चूप राहा एकदम." शिशिर रागारागाने ओरडला.

अशा प्रकारे मुलांना रागानं ओरडणं हे नेहमीचच होतं. शिशिरलाही हे चांगलं माहिती होतं. परंतु यावेळी मुलांचं रडणं-पडणं जरा जास्तच झालं होतं. त्यामुळे चिडचिड झाली होती. आज जरा जास्तच विस्कटलं होतं वातावरण. तरी ती रागानं म्हणालीच,

"का, का चूप राहायचं? चूप तर त्या दिवशी होईल जेव्हा मला घशाचा कर्करोग होईल आणि माझं बोलणं कायमचं बंद होईल. त्याआधी नाही चूप बसणार. हे काय घर आहे की बंदिशाळा? आतापर्यंत किती मजेत होते मी."

"ते तर असशीलच. अजून पंख फुटले की याहून मजेत राहशील. तेव्हा हे घर तुला बंदिशाळाच नाही, तर नरकपुरी भासेल. यासाठीच स्त्रियांना घराबाहेर पडू देत नाहीत."

तेवढ्यात आतून आवाज आला, "सूनंबाई, अगं आल्या आल्या झोपलीस काय गं. सुधीरला जेवायला वाढ."

त्याच वेळी मोठा मुलगा पायाला बँडेज पट्टी बांधून म्हणाला, "खोटेपणा उघड झाला तुझा. नाचगाण्याच्या नावावर भाषण ऐकायला गेली होती. सुधीरकाकांनी सांगितलं आजीला सगळं. आता बघ कशी मजा येते तुझी."

सावित्रीला आता सहन होत नव्हतं. मुलाचे केस पकडून तिनं त्याचं डोकं भिंतीवर आपटलं, रडणाऱ्या छोट्या मुलाला तसंच पलंगावर टाकून ती आतल्या खोलीत गेली आणि आतले दार लावून घेतलं. तिची तिन्ही मुलं बाहेर तारस्वरात रडत होती. सगळ्या गल्लीत त्यांच्या रडण्याचा आवाज घुमत होता. सहा महिन्यांच्या मुलाच्या पाठीतही तिनं धपाटा घातला होता.

परंतु सावित्रीला तरी कसे असहिष्णू संबोधायचं! तिलाच कसं कठोर आणि दोषी धरायचं?

यापेक्षा वेगळं ती तरी काय करणार होती. तिच्या जागी दुसरी कुणी असती तरी काय वेगळं केलं असतं? काय करतील सावित्रीसारख्या लाखो सुना! शिक्षण, सहानुभूती, धैर्य, ममता, प्रेम या गोष्टींची अपेक्षा आम्ही तिच्याकडून कशी करावी! तिला हे कधी मिळालं होतं? कुणी दिलं होतं ?

अमिताचं अभियान फुकट गेलं होतं. न जाणो आणखी किती अमितांची अभियानं अशी फुकट जातील? कुणास ठाऊक त्यांच्या साधनेचं कधी सार्थक होईल!

♦ ♦ ♦

५. रक्तदान

पुन: पुन्हा राजेशच्या मनात शंका उत्पन्न होते आहे. कुणास ठाऊक, आईचं अखेरचं दर्शन होते किंवा नाही!

ऑटो रिक्शात बसून एवढा रस्ता पार करणं म्हणजे उशीरच होणार. तो क्षणाक्षणाला अस्वस्थ होत होता, लवकर पोहोचण्यासाठी उतावीळ होत होता, रिक्शा धावत होती. रिक्शावाल्याला म्हणावं का, जरा वेग वाढावं म्हणून? चार दोन रुपये जास्तीचे देऊ फार तर! असंही त्याच्या मनात आलं.

ज्येष्ठ महिन्यातली तळपती दुपार. गरम हवेच्या लाटा; धुळीचे लोट; त्यात सडकेवर चढ-उतार! रिक्शा ओढून ओढून रिक्शावाला थकला होता. फाटलेली बनियन ओलीचिंब होऊन पाठीला चिकटली होती. त्याच्या कानशिलावर आलेल्या केसांच्या बटाखालून घामाच्या धारा वाहत होत्या. त्याचा उग्र दर्प हवेच्या झोतासोबत मागे येत होता. तो दर दोन मिनिटांनी आपल्या डाव्या हाताच्या पंजानं कपाळावर आलेल्या घामाच्या थेंबांना निपटून टाकत होता. त्याचे तुषार आणि घामाचा घाणेरडा दर्प वातावरणात पसरत होता.

बोलून चालून पायडलची सायकल रिक्शा ती! रिक्शावाल्याची अशी अवस्था पाहून त्याला आणखी वेग वाढवायला सांगणं म्हणजे क्रूरतेचंच लक्षण! मग आपल्यात आणि त्या टांगेवाल्यात, जो आपल्या मरतुकड्या घोड्याला चाबकाचे फटकारे मारतो, याच्यात काय फरक राहिला? खरं तर एका माणसानं दुसऱ्या धडधाकट माणसाचं ओझं वाहून नेणं हेच अमानुषतेचं लक्षण. पण असं होतं खरं. पोटासाठी असं करावं लागतं. माणसाला पोट नावाचा अवयव दिला म्हणून?

तो मनोमन स्वत:वरच रागावला होता. मनातल्या मनात चडफडत होता. रिक्शावाल्यावर नाही, की त्या तळपत्या दुपारवरही नाही. तो चडफडत होता त्या तूफान एक्स्प्रेसवर; जी तब्बल अडीच तास उशिरानं आली होती.

पँटच्या मागील खिशात ठेवलेली तार त्याला काचेच्या अणकुचीदार तुकड्यासारखी टोचत होती. सुशीलने ५० तासांपूर्वी पाठवलेली ती तार; आई गंभीर आजारी असल्याबद्दलची होती.

वारंवार उतावीळ होत तो मनगटावरचं घड्याळ बघत होता. अनेक वेळा त्यानं बाहेर पाहिलं, लक्षपूर्वक न्याहाळलं. त्याला प्रत्येक वस्तू दु:खानं भरलेली आणि मूक अवस्थेत दिसली; चैतन्यहीन, धुक्यासारखी अस्पष्ट!

गांधी रोडवर कन्याशाळेची इमारत त्याच्या दृष्टीस पडली, तेव्हा तो थोडा खुलला. घराच्या जवळ आल्याची त्याला जाणीव झाली व त्यामुळे मनाला शांतीही मिळाली. रिक्शा घराजवळ थांबताच तो उडी मारूनच रिक्शातून घाईघाईनं उतरला. सूटकेस रिक्शातच ठेवून तो धावतच घरात घुसला. परंतु घरात गेल्याबरोबर त्याचा उत्साह एकदम मावळला.

एक भयंकर शांतता, मौन आणि विरलेल्या हुंदक्यांचा अस्पष्ट ध्वनी यांनी भरलेलं ते उदास व रिकामं घर. ऐकेका खोलीत तो फिरला. कुणीच भेटलं नाही त्याला. आई, बाबा, बंटी, प्रीती व सुशीलसुद्धा!

"साहेब, थांबायचं आहे काय?" बाहेर थांबलेल्या रिक्शावाल्यानं आवाज दिला.

एका दगडी मूर्तीसारखा निश्चल उभा होता तो. चटकन निर्णयही घेऊ शकला नाही. रिक्शावाल्याला काय उत्तर द्यावं हेही त्याला सुचत नव्हतं.

अचानक समोरच्या दारातून रजनी आली. घरात राजेशला पाहून आश्चर्यचकित झाली; क्षणभर गोंधळली. आपल्यासमोर राजेश उभे आहेत की त्यांचं भूत, असा क्षणभर तिला भ्रम झाला. थोड्याच वेळात सावरून ती साशंक स्वरात राजेशला म्हणाली,

"तुम्ही आलात मालक?"

"होय रजनी; पण आई कुठं आहे?"

"दवाखान्यात."

"कशी आहे आईची तब्येत आता?"

"परमेश्वरावर भरोसा ठेवायचा! दवाखान्यातच आहेत सगळे?"

"कुठला दवाखाना?"

''तोच, आपला सरकारी दवाखाना!''

''ठीक आहे,'' असं म्हणत राजेश वळला आणि म्हणाला,

''रजनी, मी दवाखान्यात जातो.'' घाईघाईनं तो बाहेर थांबलेल्या रिक्शाच्या दिशेने निघाला.

''हातपाय धुऊन जरा चहा-नाश्ता केला तर बरं होईल.'' रजनी म्हणाली.

परंतु तिच्या बोलण्याकडे ऐकल्या न् ऐकल्यासारखं करून तो रिक्शात जाऊन बसला. रिक्शावाल्याला म्हणाला, ''एस. एन. हॉस्पिटल. चलो जल्दी.''

रिक्शा निघाली. अगतिक व निराश मन त्याचं त्यालाच खात होतं. त्याची आई व त्या घरातले सगळे यांच्या नजरेतून तो एक नालायक होता. आठ महिन्यांनंतर तो आज घराकडे परतला होता. कदाचित आईची तब्येत बरी नसल्याची सुशीलची तार आली नसती, तर आताही आला नसता.

शेवटचं पत्र आईनंच सुशीलला लिहायला लावलं होतं. दोन महिन्यांआधी लिहिलेल्या पत्रात, तर असं लिहिलं होतं की, ''तू असा पाषाणहृदयी असशील अशी मला आशा नव्हती राजेश!

''गेल्या सहा महिन्यांत तू एकदाही घराकडे फिरकला नाहीस. जगात काय तू एकटाच नोकरी करणारा आहेस काय? अनेकजण आहेत. पण ते तुझ्यासारखे आई, बाप, बहीण, भाऊ यांची नाती तोडत नाहीत. माझी प्रकृती हल्ली बरी नसते, एकदा तरी मला भेटून जा. कुणास ठाऊक कधी माझे डोळे बंद होतील, कायमचे!''

खूप प्रयत्न करूनही तो आपल्या आईला सांगू शकला नव्हता, की तो सुद्धा तिच्या दर्शनासाठी तळमळतो आहे. परंतु जमलंच नाही. अनेकदा विनंती अर्ज करूनही सुट्टी मिळालीच नाही. प्रत्येक वेळी वरिष्ठ अधिकारी हेच सांगायचे.

''तू सरकारच्या संरक्षण मंत्रालयात काम करतोस राजेश, कुण्या खाजगी दुकानात नाही. यावेळी तुझ्या घरापेक्षा देशाला तुझ्या परिश्रमाची गरज आहे.''

दवाखाना आला. त्यानं रिक्शावाल्याला पैसे दिले. सूटकेस घेतली आणि तो स्वागत कक्षाकडे गेला. आईला एच वार्डामध्ये आठ क्रमांकाच्या खोलीत ठेवल्याचं समजलं.

तो धावतच एच वार्डाकडे गेला. सूटकेसच्या वजनाचा त्रास होत होताच. वॉर्ड ओलांडून जाताना त्याच्या नाकात ईथर, डेटॉल आणि अशाच निरनिराळ्या औषधांचा संमिश्र वास घुसला. त्या उग्र दर्पामुळे आपणच बेशुद्ध पडतो, की काय असे त्याला क्षणभर वाटलं. रुग्णाचं वेदनेनं विव्हळणं आणि परिचारिकांचं

हसणं खिदळणं, याचे कर्कश स्वर त्याच्या कानावर पडले.

एच वार्डातल्या आठ क्रमांकाच्या खोलीबाहेर त्याचे वडील उभे असलेले त्याला दिसले. हातातली सूटकेस भिंतीशी ठेवून तो वडिलांच्या पायावर नमस्कारासाठी झुकला. वडील वाळवंटातील निर्मनुष्य रस्त्यासारखे मौन उभे होते. त्यांच्या डोळ्यांतून वेदना झरत होती. तो शहारला. बाबा बोलत का नाहीत? त्यांनी ना आशिर्वाद दिले, ना काही विचारलं. या मौनाचा नेमका अर्थ काय?

बंद दाराला ढकलून तो हळूच आत गेला. लोखंडी पलंगावर गळ्यापर्यंत पांढऱ्या चादरीनं झाकलेला हाडांचा सापळा होता. तो हळूहळू त्या पलंगाजवळ गेला. थोडं झुकून पाहिलं. आईच होती. दिङ्मूढ होऊन निश्चल उभा राहिला राजेश.

डोळे निस्तेज! पांढरेशुभ्र केस, चेतनाहीन चेहरा आणि हाडांना चिकटलेली कातडी. त्याचे डोळे पाणावले. त्याला वाटलं, संपतं आहे सगळं. काही उरत नाही मागे. उरतील फक्त माया- ममतेचे कच्चे, पक्के धागे.

शेवटचे श्वास सुरू होते आईचे. तेही संपतील हळूहळू. दोन श्वासातलं अंतर निर्णय करून टाकतील जन्म-मृत्यूचा. ते दोन श्वास कोणते? कुणालाच ठाऊक नाही, आईलाही.

अशांत अशा या क्षणी राजेशनं दुःखाचा विजय होऊ दिला नाही. मुखावर एक ढोंगी मंदस्मित पसरलं त्याच्या. या स्मिताला जन्म दिला होता अतिशय दुःखाने. परंतु या व्यंगाचं निमित्त तो स्वतः होता, दुसरा कुणी नाही.

त्यानं आईवरची दृष्टी हटवून चहूबाजूला नजर टाकली. आईच्या पलंगाभोवती सगळे उभे होते. डोक्याकडच्या बाजूला बंटी उभी होती, तिची नजर छताकडे लागली होती. ती आईसाठी देवाजवळ प्रार्थना करीत असावी. तिच्या उजव्या बाजूला प्रीती उभी होती. ती शून्यात बघत आपल्या साडीचं टोक तर्जनीवर गुंडाळत होती, सोडत होती. उदासीन. तिच्याजवळ तिला खेटूनच तिचा छोटा डब्बू उभा होता. तो अधाशीपणे टेबलावर ठेवलेल्या वस्तूकडे बघत होता. तिथं औषधाच्या बाटल्यांसोबत सफरचंद व मोसंबी ठेवली होती. आपल्या आजीच्या स्थितीबद्दल त्याला काहीच समजत नव्हतं.

पायाकडून सुशील उभा होता. त्याची नजर जमिनीकडे लागली होती. कधीतरी तो दरवाज्याकडे आशाभरल्या नजरेनं बघत होता. त्याला कुणाच्या तरी येण्याची अपेक्षा असावी.

राजेशच्या येण्यामुळे कुणालाच आनंद झाल्याचं वाटलं नाही. सगळे

उदास व मौनात उभे होते. त्याला वाटलं, आपण एकटे या घरात परके आलो आहोत. आईच्या आजारासमोर त्याचं येणं खरं तर त्यांच्यासाठी एक नगण्य घटना होती.

त्याला वाटलं, या लोकांना ओरडून विचारावं की तुम्ही माझ्याप्रती एवढं कोरडे व उदासीन का बरं आहात? काय मी असा कोणत्या घाणेरड्या रोगाने ग्रस्त आहे की तुम्हाला माझी घृणा यावी? तुम्हाला माझा स्पर्श चालत नाही काय, की मी तुम्हाला तुमचा शत्रू वाटतो?

अखेरीस तो बंटीकडे गेला. तिच्या खांद्यावर हात ठेवून म्हणाला, "बंटी, आई कशी आहे?"

ती म्हणाली, "तिचे हाल तर तुम्ही बघतच आहात भाऊ. एक आठवडाभर कोमातच होती ती. आज सकाळपासून एकदा शुद्धीवर आली होती थोड्या वेळासाठी. तेवढ्यातही तुझीच आठवण काढीत होती."

राजेशचं काळीजं थरथरलं. त्यानं विचारलं, "डॉक्टर काय म्हणतात?"

यावर बंटीनं उत्तर दिलं नाही. ती दाराकडं बघू लागली. राजेशनंही दाराकडं पाहिलं. दरवाजा उघडून एक डॉक्टर आत येत होते. त्यांच्यामागून वडीलही आत आले.

डॉक्टर पलंगाजवळ आले. त्यांनी आईची नाडी, फुफ्फुस, डोळे, हृदय सगळं तपासलं. डॉक्टर म्हणाले, "सर्व अवयव सामान्यपणे काम करीत आहेत. कुठंच काही खास तक्रार करण्यासारखी चिन्हं नाहीत. मात्र अशक्तपणा खूप आहे. अशक्तपणा असाच वाढत राहिला, तर ते धोकादायक ठरू शकते. मला वाटते, यांना रक्त द्यावं लागेल."

राजेशने डॉक्टरांकडं टक लावून पाहिलं. त्याला वाटलं, ही योग्य संधी चालून आली आहे आपल्यासाठी. त्यानं आळीपाळीनं सगळ्यांच्या चेहऱ्यावर नजर टाकली. त्यांचे चेहरे मख्ख होते, पांढरेफट्ट. जणू काही त्याच्याच शरीरातलं रक्त कुणी काढून घेतलं आहे.

वडिलांनी सुशीलला एका कोपऱ्यात बोलावून घेतलं आणि त्याच्याशी हळू आवाजात काही गुप्त चर्चा केली. तेवढ्यात राजेश डॉक्टरांकडे जाऊन म्हणाला, "डॉक्टर, मी रक्त द्यायला तयार आहे आईला."

"तू रक्त देणार! कोण आहेस तू?"

डॉक्टरांनी आश्चर्यानं विचारलं, त्यांचं आश्चर्य स्वाभाविक होते. मागील दहा-बारा दिवसांपासून त्यांनी राजेशला आज प्रथमच पाहिले होते.

डॉक्टरांनी सिरींज काढली. एकात राजेशच्या व एकात आईच्या रक्ताचे नमुने काढून घेतले. ते म्हणाले, ''थोडा वेळ थांबा व वाट बघा. जर तुमचा आणि आईचा रक्तगट जुळला, तर मी तुम्हाला लॅबोरेटरीत बोलावून घेईन.''

क्षणभर राजेशच्या सर्वांगावर शहारे आले. काय असंही होऊ शकते, की आईचा व माझा रक्त गट जुळणार नाही?

''तू रक्त देणार राजेश?''

''होय बाबा.'' राजेश म्हणाला.

''परंतु का?''

राजेश चूप झाला. कसं सांगेल की आईच्या ऋणातून मला मुक्त व्हायचं आहे म्हणून.

''सकाळी जाग आली तेव्हा तुझीच आठवण काढीत होती.'' हे सांगताना वडलांचा कंठ दाटून आला होता.

राजेशनं मान खाली घातली. त्याच्याही डोळ्यांत पाणी आलं. खोलीत शांतता पसरली होती. अनेकदा राजेशच्या मनात आलं की सुशीलला विचारावं की इतक्या उशिरा तार का केलीस? जेव्हा आईची तब्येत बिघडली तेव्हाच मला सूचना का दिली नाहीस? काय आईच्या सेवेचा सगळा प्रसाद तुलाच पाहिजे होता. स्वार्थी आहात तुम्ही सगळे.''

राजेशला बोलवायला ती नर्स आली. तिच्या मुखावर मंदस्मित होतं. याचा अर्थ राजेशचं व आईचं रक्त जुळलं होतं. त्याचा ऊर अभिमानानं भरून आला होता. त्याला वाटलं, आपल्या नसानसांतून गरम रक्ताच्या लाटा उसळत आहेत. त्यानं आळीपाळीनं सगळ्यांकडं पाहून घेतलं. सगळ्यांचे डोळे अंधारात चमकणाऱ्या रेडियमसारखे चमकत होते. राजेश नर्सच्या मागून गेला.

लॅबोरेटरीत एका फोमच्या गुबगुबीत गादीच्या टेबलावर राजेशला झोपवण्यात आले. डॉक्टरांनी त्याची तपासणी केली, विशेषतः हृदयाची. त्यानंतर त्याच्या हातात सुई घुसवून त्याचं रक्त काढण्यास सुरुवात केली. त्याला किंचित वेदना जाणवली. परंतु ती सुखद वेदना होती. आईच्या ऋणातून अंशतः मुक्त होण्याची भावना त्यात होती. त्यानं डोळे बंद केले.

त्याच्या शरीरातून गरम रक्त बाहेर पडत होतं. त्याला मुळीच अशक्तपणा जाणवत नव्हता. उलट असं वाटत होतं की आपल्या शरीरात नव्या रक्ताचा संचार होतो आहे. तो काही वेळ निश्चल पडून राहिला. त्याची तंद्री लागली. क्षणभर ग्लानी आल्यासारखं वाटलं. एक विचित्र असे रिकामपण त्याला जाणवलं.

परंतु मनाला अपूर्व अशी शांतता जाणवली. तो शांतपणे झोपून गेला.

राजेशला जाग आली तेव्हा त्यानं पाहिले, बाबा त्याच्या उशाशी उभं राहून त्याच्या केसात हळुवारपणे बोट फिरवत होते. त्यांचा चेहरा शांत व डोळ्यांत चमक होती. खोलीत बल्बचा मंद प्रकाश होता. याचा अर्थ रात्र झाली होती.

राजेशनं वडिलांकडं पाहिलं आणि डोळे बंद केले. वेदनामयी सुखाची आभा त्याच्या मुखावर पसरली होती व त्यामुळे निर्माण झालेले क्षीण असं मंदस्मित सुद्धा!

"राजेश, तुझ्या आईला शुद्ध आली आहे, ती तुझीच आठवण काढते आहे." वडील म्हणाले.

"आई माझी आठवण काढते?"

वडिलांचे हे शब्द ऐकून राजेश ताडकन उठून बसला. उभं राहण्याचा प्रयत्न केला तेव्हा त्याच्या सगळ्या नसा आखडल्याचं त्याला जाणवलं. डोळ्यांपुढे किंचित धुकं पसरल्यासारखं वाटलं. तो वडिलांचा आधार घेऊन म्हणाला, "मला आईकडे घेऊन चला बाबा."

वडिलांनी आपले डोळे पुसले आणि राजेशला घेऊन ते आईकडे गेले. आईचे उघडे डोळे त्याच्याकडं टक लावून पाहत होते. तिच्या नजरेला नजर देताना 'आपण तिच्यापुढे लहानसं बाळ आहे जणू,' असं त्याला वाटलं.

त्याला बघताच आईच्या मुखावर खुशीचं चांदणं पसरलं. ती सहज स्वरात म्हणाली, "तू आलास, रा...जे...श.?"

"होय आई." असं म्हणताना आपला आवाज खोल खोल जातो आहे, असं राजेशला वाटलं.

"मोठा स्वार्थी आहेस रे, तुला कुणाची पर्वा नाही." आई सद्गदित कंठाने म्हणाली.

"नाही आई, नाही." असं म्हणताना राजेशचा कंठ दाटून आला. पण बंटीला आपल्या खुशीला आवर घालता आला नाही. ती म्हणाली,

"नाही आई, भाऊ स्वार्थी नाही. त्यानंच तर तुला रक्त दिलं."

"काय, राजेशनं मला रक्त दिलं?" असं म्हणत आई उल्हासित होत उठून बसू लागली. कुणास ठाऊक तिच्यात एकाएकी कुठून आली एवढी शक्ती!

वडिलांनी दोन्ही हातांचा आधार देत तिला क्षणभर बसविलं आणि परत झोपून राहण्यास सांगितलं. ती पडून राहिली. म्हणाली,

"राजेशने मला रक्त दिले?"

राजेशनं तिचे दोन्ही हात हातांत घेऊन आपल्या कपाळाला लावून त्यांचं दर्शन घेतलं. त्याला वाटलं, सुख आणि शांतीचा हाच शाश्वत मार्ग आहे, आई हाच परमेश्वर आहे, तिची सेवा हीच परमेश्वराची भक्ती आहे.

"ही कसली उलटी रीत आहे? मुलाच्या रक्तानं आईला जीवनदान देण्याची."

असं म्हणत आईला धाप लागली आणि थोड्याच वेळात तिची मान एका बाजूला कलली, ती कायमचीच. तिचा देह थंडगार पडला. आई गेली. तिनं अखेरचा श्वास घेतला. एक नंदादीप विझून गेला.

आई आता भूतकाळात जमा झाली. मोह-मायेचे, ममतेचे कच्चे-पक्के धागे तटातट तुटले. सगळ्यांना हुंदका फुटला. सुशीलनं पुढे होऊन तिचा चेहरा पांढऱ्या चादरीनं झाकून टाकला.

◆ ◆ ◆

६. माता...
विमाता

'१५ डाऊन' गाडी सुटायला थोडासाच अवधी होता. प्रवासी लगबगीनं आपल्या सामानासह डब्यात घुसून आपापल्या जागेवर स्थानापन्न झाले होते, निरोपाचे हात हलत होते, काहीच्या पापण्यांच्या कडा ओल्या झाल्या होत्या. पोहोचताच पत्र धाडून अथवा मोबाईल करून कळवण्याच्या सूचना देण्यात येत होत्या, प्रकृतीची काळजी घेण्याबद्दल सुचवण्यात येत होते.

चहा व खाद्यपदार्थ विकणाऱ्यांचा गोंधळ वाढला होता. सवारी गाडीचा तो जनरल डबा होता. प्लॅटफॉर्मवर तोबा गर्दी होती.

आता हिरवा सिग्नल दिला जाईल व गाडी लवकरच सुटेल. एवढ्यात प्लॅटफार्मवर एका बाजूला दोन स्त्रियांची आपसात झटापट सुरू झाली. त्या एकमेकींना अर्वाच्य शिव्या घालत, आरडाओरडा करीत होत्या.

ड्यूटीवर तैनात असलेल्या हवालदाराचं लक्ष त्यांच्याकडं गेलं. तरीही तो जागचा हालला नाही. तळहातावर तंबाखू घेऊन चोळताना कसलसं हिंदी सिनेमातलं गाणं गुणगुणत तो प्लॅटफॉर्मवरच्या बाकावर बसला होता, निर्विकार. प्लॅटफार्मवरच्या गर्दीतही तो तसा एकटा होता. त्याला जणू आजूबाजूच्या जगाशी काहीच देणं-घेणं नव्हतं. येणारे-जाणारे प्रवाशी रोज बदलत होते. तो मात्र तिथला कायमचा रहिवासी होता. त्याचं तिथं असणं हीच त्याची ड्यूटी होती. प्लॅटफार्मवरच्या गर्दीत त्याचं अस्तित्व कुणाला जाणवतही नव्हतं.

त्या दोन स्त्रियांचा आरडाओरडा आता चांगलाच वाढला. डब्यात स्थिरस्थावर झालेले प्रवासीही आवाजाच्या दिशेनं वळून पाहू लागले. त्या स्त्रिया त्यांच्या पेहेरावावरून आणि गावंढळ

भाषेवरून तरी झोपडपट्टीत राहाणाऱ्या, गरीब स्तरातल्या होत्या, असं वाटत होतं. एकीनं विटकी साडी नेसली होती. ती जरा प्रौढ, तर दुसरी तिच्यापेक्षा तरुण वाटत होती. तिनं सलवार, कुर्ता घातला होता. दोघींच्याही केसांच्या झिंज्या झाल्या होत्या.

त्यातील एकीच्या कडेवर एक लहानसं काळं, कृश बाळ होतं. ती त्या बाळाला आपल्या छातीशी कवटाळत वारंवार त्याचे मुके घेत होती आणि त्या दुसरीशी भांडत डब्यात चढण्याची कोशिश करीत होती. दुसरी तिला शिव्या घालत खाली खेचण्याच्या प्रयत्नात जोर लावत होती. पहिली जोरात ओरडली म्हणाली,

"सोड, सोड रांडीचे, मुर्दा बसवला तुझा. सोड पोराला, गाडी सुटून राहिली."

"नाही देणार, मेली तरी देणार नाही माझं पोर." पहिली म्हणाली.

आता थोड्या वेळापूर्वी या बायका आपसात गोष्टी करीत एका बाजूला उभ्या होत्या, आणि आता एकाएकी भांडायला लागल्या होत्या. आसपासच्या लोकांना मोठा अचंबा वाटला. हा तमाशा बघण्यासाठी लोक गर्दी करू लागले. गर्दीकडे हेतूपूर्वक कानाडोळा करीत प्लॅटफॉर्मवर ड्युटीवर असलेला तो हवालदार शांतपणे एकदा नळावर जावून पाणी पिऊन आला. त्या गर्दीजवळ येऊन, आपल्या हातातील काठी उगाचच जमिनीवर आपटीत म्हणाला,

"क्या बात है...? क्या हल्ला मचा रखा है?"

हवालदाराला पाहिल्यावर दोन्ही बायका ओरडायचं थांबल्या.

दोघींनाही भांडून दम लागला होता. एकमेकीकडे एखाद्या रक्तपिपासू जनावरासारखं त्या पाहत होत्या. आणखी एका-दोघा प्रवाशांना डब्यात चढताना पाहून पोरवली बाई डब्यात चढण्यासाठी वळली. परंतु दुसरीने तिला तिचे केस धरून खाली ओढलं आणि फरफटत फ्लॅटफार्मच्या मधोमध नेलं.

अर्धवट खांद्याला लटकलेलं ते काळं, कृश पोरगं अर्धवट झोपेत होतं. या बायकांच्या झटापटीत त्याची मान कधी डावीकडे, तर कधी उजवीकडे होत होती. त्याची झोप त्यामुळे मोडली मात्र नाही. ते पेंगत राहिलं.

"मत हल्ला करो, मत चिल्लाओ, क्या बात है बोलो?"

हवालदार आपली काठी आपटत गुरकावला. त्या एकमेकीला खाऊ की गिळू करीत झटापट करू लागल्या. हवालदारानं आपली काठी त्या दोघीच्या मधोमध घुसवत त्यानं त्या दोघींना एकमेकींपासून विलग केलं. त्या ओरडायचं

थांबल्या.

जी दुसरी बाई, पहिलीच्या कडेवरून मूल ओढून घेण्याच्या प्रयत्नात होती, तिच्या डोळ्यांत अश्रू होते.

ती पाणावल्या डोळ्यांनी हवालदाराकडे बघत म्हणाली, ''माझं पोरगं घेऊन चालली रांड.''

''नाही देणार मी माझं पोरगं.'' असं म्हणत पुन्हा एकदा ती पोराला हिसकावून घेण्यासाठी पहिलीच्या अंगावर धावली.

''गाडी सुटून राहिली, छलवादी रांड. सोड मला,'' म्हणत ती मुलाला घेऊन डब्याकडे वळली.

हवालदारानं तिचा रस्ता अडवला. ती थांबली.

''हिचं मूल का घेऊन चाललीस?'' हवालदारानं कडक आवाजात विचारलं.

''हिचं कुठं, माझं मुलं आहे.''

''ती तर म्हणते माझं मूल आहे. खरं काय ते सांगा?'' हवालदार कडाडला.

''माझं मूल आहे.'' दुसरी वयानं थोडी जास्त असलेली बाई म्हणाली. म्हणताना तिला रडू कोसळलं. विस्कटलेले केस आणि घामाघूम झालेल्या चेहऱ्यामुळे तिच्या मुखावर आणखीच कुरूपता आली होती. तिच्या डोळ्यांत अजूनही भय भरून राहिलं होतं. व्याकूळ होत, ती पुन्हा एकदा त्या मुलाच्या दिशेने झेपावली.

हवालदाराला हे फालतू भांडण लवकर निपटून टाकायचं होतं. उगाच ताप कशाला वाढवायचा, म्हणून तो म्हणाला,

''ए बाई, देऊन टाक तिचं मूल तिला.''

''का म्हणून? मूल माझं आहे.''

''तुझ्या पोटी जन्माला आलंय का ते मूल?'' दुसरी म्हणाली. तिच्या प्रश्नावर पहिली जरा थांबली. दुसरीकडं रागारागानं बघत तिला शिव्या घालू लागली.

''बोल, तुझ्या पोटी जन्म घेतला काय या मुलानं?'' हवालदार आता आणखी रागानं कडाडला.

''माझ्या पोटी जन्म नाही घेतला म्हणून काय झालं, त्याला दूध तर मीच पाजलं ना? गेल्या सात महिन्यांपासून माझंच दूध पितोय ना तो?'' पहिली म्हणाली.

"दूध पाजलं म्हणून काय हिचं झालं काय पोर? जबरदस्तीनं घेऊन चालली पोराला."

"जबरदस्तीनं कशाला घेऊन जाऊ. हवालदारसाहेब, हिलाच विचारा कैदाशिनीला, चुडेल कुठली." त्या दुसऱ्या बाईकडे वळून म्हणाली.

"बोलत का नाहीस काळतोंडे, बोल ना आता. मी तुझ्याकडून हिसकावून नेते काय पोरगं? बोल."

"हवालदारसाहेब, हिनं स्वतःहून माझ्या पदरात टाकलं हे पोरगं. ही तर याला जन्मःत कचराकुंडीत फेकणार होती. गुटगुटीत बाळ होतं ते. मी म्हटलं मला दे, मी याचं पालनपोषण करीन. ही 'हो' म्हणाली आणि मला गाडीवर निरोप द्यायला आली होती, अन इथं आल्याबरोबर हिची नियत बदलली."

हवालदार दुसऱ्या बाईकडे वळून म्हणाला, "तू स्वतःहून हिच्या पदरात टाकलं होतं काय हे पोरगं?"

त्या दुसरीचे डोळे कितीतरी वेळ पहिलीकडे रागारागाने बघत होते. शेवटी तिची नजर खाली वळली. म्हणाली,

"हो, दिलं होतं. पण ते माझं आहे, मी जन्म दिलाय त्याला, नऊ महिने माझ्या पोटात वाढवलं. मी का बरं तिला देऊ माझं पोरगं?" आता तिच्या डोळ्यांत आसवांऐवजी भीती होती.

"तू स्वतःहून दिलं होतं, तर मग आता का परत मागते आहेस?" हवालदार कडाडला.

दुसरीचे डोळे पुन्हा पाणावले, ती थरथर कापायला लागली. ती म्हणाली,

"ही पोराला परमुलखात घेऊन चालली." असं म्हणताना तिच्या डोळ्यांत पाणी जमा झालं, तिचा कंठ दाटून आला.

"मग काय मी नेहमीकरता तुझ्याजवळ राहू?" पोरगं असलेली बाई मोठमोठ्यानं सांगू लागली.

"माझ्या तांड्यातले सगळे लोक आपल्या मुलखात गेले आहेत. मलासुद्धा माझ्या मुलखात जायचं आहे. पण ही सोडतच नाही. म्हणाली की, 'आणखी दहा-पंधरा दिवस राहा, मग जा.' असं चार-पाच वेळा झालं. मी इथं राहून काय करू?

"इकडं कोणी नाही आमचं. आम्ही हातावर पोट घेऊन फिरणारी माणसं. जिथं पोटाला भाकरी मिळलं तिथं वणवण हिंडतो. पण आता जातोय आपल्या मुलखात. आपला मुलूख तो आपलाच. पण ही रांड सोडायलाच तयार नाही.

आतापर्यंत हो हो म्हणत होती. आता गाडी सुरू झाली, तर काळतोंडी बदलून गेली. तिची नियत बदलली, हवालदारसाहेब.''

''ही तुझ्या नात्यातली आहे काय?'' हवालदारानं विचारलं.

''नात्यातली कुठली. ही काठेवाडी आहे, आम्ही बंजारे.''

''तू गाडीत बसून कुठं चाललीस?''

''फिरोझपूरला.''

''तिथे काय आहे?'' हवालदाराने प्रश्नांची सरबत्ती सुरू केली.

''आम्ही बंजारे आहोत हवालदारसाहेब. इकडेतिकडे फिरण्यात जिंदगी गेली आमची. इथं थोडी जमीन भेटली होती. आता आमच्या मुलखात जमीन भेटली. आमचे सगळे लोक गेले निघून मुलखात. मी इथं राहून काय करू?''

हवालदाराच्या मनाची द्विधा अवस्था झाली होती. एकीनं जन्म दिला होता व दुसरीनं दूध पाजून सांभाळ केला होता. पोरगं कुणाचं झालं, कुणाचा हक्क आहे त्याच्यावर? त्याला देवकी आणि यशोदा आठवली. कृष्ण अजूनही पहिलीच्या खांद्यावर मान टाकून पेंगत होता. त्याला या भांडणाशी व त्याच्या मूळ कारणाशी काही देणं घेणं नव्हतं.

''तुझं घर कुठं आहे? काम काय करतेस? तू आपलं पोरगं हिला कसं दिलंस?''

हवालदारानं मुलाच्या आईला सगळे प्रश्न एका दमात विचारले. ती भांबावली, गप्प राहिली. काय उत्तर द्यावं? तिला सुचेना.

''हिचं घर कशाचं असेल भाऊ? पुलाखाली ज्या गवताच्या झोपड्या आहेत ना, त्यात राहाते ही. मी तिथंच राहत होते. ही माझी शेजारीणच म्हणा ना. मजुरी करते ही. या पोरग्याची तर नाळसुद्धा मीच कापली होती.''

मुलाची खरी आई हे सुन्नपणे ऐकत होती. जणू तिच्या कानात काहीच शिरत नव्हतं. की ती ऐकून न ऐकल्यासारखं करत होती?

''हिचा नवरा कुठं आहे?''

''हिचा कशाचा आला नवरा. ही कोणत्याही माणसामागे धावत होती, कोणीही हिचा उपभोग घेऊन टाकत होता. हिचं घरदार असतं, तर कशाला ही पोराला कचराकुंडीत फेकणार होती हवालदारजी?''

एवढ्यात गाडीनं शिट्टी दिली. गर्दीतून वाट काढत लोक आपापल्या डब्याकडे धावले. बंजारीणसुद्धा डब्याकडे धावली. तेवढ्यात मुलाच्या आईनं तिचे पाय पकडले. रडत म्हणाली, ''नको नेऊस माझ्या पोराला. नको नेऊस गं

बाई.''

काही लोकांना दया आली. त्यांच्या कंठात करुणा दाटून आली. हवालदार कठोरतेने बंजारणीनला म्हणाला. ''पोरगं वापस दे. त्याची खरी आई मूल देण्यास राजी नसेल, तर तुला मूल नाही नेता येणार.''

हवालदाराच्या आवाजात निर्णायक कठोरता होती. बंजारीणला अशा निर्णयाची अपेक्षा नव्हती. ती क्षणभर गोंधळली. म्हणाली, ''का देऊ? आपलं मूल कुणी देत असतं का? कुणाला देऊ? हिचं घर ना दार...''

''गाडी सुटणार आहे ताबडतोब. मूल वापस दे लवकर. नाही तर कोठडीत बंद करीन.'' हवालदार गरजला.

मूल असलेली बाई घाबरली. अगतिकतेनं आजूबाजूच्या लोकांकडे बघू लागली. लगेच आपल्या साथीदार बाईकडे वळून त्वेषानं ओरडून म्हणाली,

''बेईमान कुत्री. घाबरली, इथं आल्यावर बदलली रांड. घे तुझं पोर. आता सांग दूध पाजायला. विष पाजीन विष. त्याला, अन् तुला पण. सात महिन्यांपासून माझ्या पोटच्या पोराच्या हिश्शाचं दूध याला पाजलं.'' झटकन तिनं ते मूल तिच्या हातावर टाकलं आणि ढसाढसा रडू लागली.

लोक हा अजब तमाशा बघत होते. दोन्ही बायका रडत होत्या, दोन्ही एकाच बालकाच्या माता, परंतु दोघींही एकमेकींच्या शत्रू. रस्त्यावर पडलेल्या या लोकांना कशाची ना लाज ना शरम; आणि या कलहाला कारण बनलेला तो कृश काळा पोरगा मुठी चोखत अर्धवट झोपेत सुखात होता.

बंजारीण बडबडत शिव्याशाप देत गाडीत चढली. हवालदार बाईच्या कडेवर असलेल्या मुलाच्या पाठीला काठीचं टोक लावत प्लॅटफॉर्मवर असलेल्या त्या बाईला म्हणाला,

''तुला तुझं पोर मिळालं ना. आता इथून ताबडतोब निघून जा. फालतू तमाशा नको आणखी.''

गर्दी पांगली. ती बाई मागे सरली. डब्याच्या दरवाज्यात उभी राहून बंजारीण अजूनही बडबडत होती...

''हरामखोर, वेश्या, रांड, तू याला जन्मतावेळीच का नाही मारून टाकलं? आता मारून टाक. माझ्या जिवाला तेव्हाच शांती मिळेल.''

हवालदाराच्या काठीमुळे म्हणा; किंवा या कुशीतून त्या कुशीत गेल्यामुळे म्हणा, ते मूल झोपेतून जागं झालं. आपल्या हाताच्या मुठी डोळ्यांवर चोळत. नाकावर घासत, ते इकडे तिकडे पाहात, आपल्याच मुठी आईचे स्तन समजून

चोखू लागलं. आता ते पूर्णपणे जागं झालं होतं व त्याला भूकही लागली असावी. परंतु जोरजोरात मुठी चोखूनही त्यातून दुधाचा थेंब येत नव्हता. त्यामुळे ते जेरीस आलं.

ती बाई त्याला घेऊन प्लॅटफॉर्मवरच्या भिंतीशी जरा टेकली. परंतु मुलानं आकांत मांडला. हातपाय झाडत ते जोरजोरात रडू लागलं. त्याची रोजची कूस बदलली होती, आपल्याच आईची कूस त्याला अपरिचित वाटत होती. ते अस्वस्थ होत आपल्या दूध पाजणाऱ्या आईला शोधत होतं. त्याची ही खरी आई पार त्रासून गेली. कधी या खांद्यावर, तर कधी त्या खांद्यावर करीत त्याला अंजारूगोंजारू लागली. परंतु त्याचा काहीच उपयोग झाला नाही.

मुलाचं ते ओक्साबोक्सी रडणं ऐकून व त्याचे ते हाल बघून डब्याच्या दरवाज्यात उभी असलेली बंजारीण पुन्हा ओरडली. म्हणाली. ''मार, मारून, टाक त्या पोराला, विष दे त्याला, सकाळपासून त्याच्या पोटात दुधाचा थेंब नाही गेला. ते रडणार नाही तर काय?''

हवालदार काठी आपटीत तिथून निघून गेला होता. दोन चार हमाल सोडले तर त्या डब्यासमोर कुणीच नव्हतं. दूर शेवटच्या डब्यातून गार्ड हिरवी झंडी दाखवत होता. गाडीनं शिट्टी दिली, गाडी चालू झाली. मूल रडायचं थांबत नव्हतं. त्याचा आकांत पाहावत नव्हता. त्याच्या आईनं चार-सहा शेंगदाणे काढून त्याच्या अजून दात न आलेल्या तोंडात कोंबले. ते त्याला खाता येत नव्हते.

''ए काळतोंडे, कसाई मेली. ते काय त्याच्या तोंडात घालतेस? त्याला दात तरी आले काय अजून? हरामखोर.'' असं म्हणत ती धावत्या गाडीतून आपलं गाठोडं खाली फेकत प्लॅटफॉर्मवर उतरली म्हणाली, ''कैदाशिणी, माझी गाडी गेली निघून तुझ्यामुळे, मुर्दा बसवला तुझा, बदमाशी रांड.''

गाडी निघून गेली, हमालासह सगळे बाहेर निघून गेले, हवालदार आपल्या गस्तीच्या कामावर तिकडच्या टोकावर पोहोचला होता. तो काही वेळानं वापस आला, तेव्हा त्यानं पाहिले की, त्याच दोन बायका भिंतीला टेकून बसलेल्या होत्या. बंजारीणच्या कुशीत ते मूल तिचं स्तनपान करीत मस्त मजेत होतं. जवळच बसलेली त्याची काठेवाडी आई, हळूहळू त्याच्या केसात बोटं फिरवत होती.

◆　◆　◆

७. बेवारस

खमंग आणि रस्सेदार तिखटजाळ मिसळ प्रसिद्ध आहे त्या हॉटेलातली. मेन रोडवरच्या कॉर्नरवरच आहे ते हॉटेल. शंकर महाराजचा चिवडा, कचोरी, भजी, समोसा, बटाटेबडे- सगळं कसं ताजं, गरम मिळतं. ऑर्डर बरहुकूम पदार्थ तयार!

हॉटेल सूर्यभान! निमवाडी चौक, मलकापूर. कितीतरी बाल कामगार इथं काम करतात. बालमजूर! यांच्यासाठी कायदा आहे, परंतु तो पाळला जात नाही. कायदा कागदावर!

मी अनेकदा या हॉटेलात चहा, नाश्त्याला येतो. नाश्ता म्हणजे रस्सेदार मिसळ. नाकातोंडातून वाफा यायला लागल्या की मिसळीची खरी मजा कळते व ती बराच वेळ टिकून राहाते. आजही मी या हॉटेलात आलो होतो. दुरून दुरून लोक या हॉटेलात मिसळ खायला येतात.

''खळ... खळळ...खळकनऽऽऽ' असा काचा फुटल्याचा आवाज हॉटेलभर गुंजला, एका मुलाच्या हातातल्या तबकातले चार काचेचे ग्लास फरशीवर पडून फुटले होते, सगळीकडे काचा विखुरल्या होत्या, सगळ्यांच्या नजरा त्या आवाजाच्या दिशेनं वळल्या होत्या.

तो पोरगा रडवेला होऊन भिरभिर बघत होता. त्याच्या डोळ्यांत पाणी जमा झालं होतं. दहा-अकरा वर्षाचं लहान पोर होतं ते! आपल्याकडून घोर अपराध झालेला आहे आणि आता भयंकर शिक्षा होणार, या भीतीपोटी ते अंग चोरून एका कोपऱ्यात उभं होतं.

''अबे ओ साले, हरामखोर! आंधळा झालास काय रे? हाताला लकवा मारला काय तुझ्या? सकाळी-सकाळी नुसकान केली साल्यानं.

बेवारस / ७५

सगळे गिलास फोडून टाकले. आता हे नुकसान काय तुझा बाप भरून देणार हाय?'' पाठोपाठ मालकाचा कर्णकर्कश आवाज हॉटेलभर पसरला होता.

आता तो पोरगा फुटलेल्या ग्लासांचे तुकडे गोळा करण्यात गुंतला होता. मालक शांत झाला होता. काहीच न घडल्यासारखं हॉटेल पुन्हा कामाला लागलं होतं. चार-सहा पोरं गिऱ्हाईंकांच्या ऑर्डर पूर्ण करण्यात गुंतली होती. सगळ्यांच्या मनात धास्ती होती. हीच चूक आपल्या हातून घडली, तर होणाऱ्या परिणामाच्या भीतीनं त्यांच्या पोटात गोळा आला असावा.

अपराधी भावनेनं तो पोरगाही नेहमीसारखा आपल्या कामात दंग झाला होता. कुण्या टेबलावरून कचोरीची ऑर्डर येत होती, तर कुणाला पाणी हवं होतं.

कळकट, मळकट कपड्यातली तिथं काम करणारी आणखी चार-सहा मुलं राबराब राबत होती. तो मात्र त्या सगळ्यात लहान होता. उष्ट्या प्लेटी, कपबश्या धुण्याचं काम त्याच्याकडेच होतं. टेबलावरचं खरकटं साफ करावं लागायचं, गिऱ्हाईकांच्या शिव्या खाणं तर नेहमीचेच! त्याची त्या मुलांना आता सवय झाली असावी.

''अबे ओऽऽ लवकर लवकर हात चालव.'' चार प्लेटा धुवायला इतका टाईम लागते काय रे? चल आटप लवकर. फुकटचा पगार पाहीजे हरामखोरायले.'' हॉटेल मालक त्या पोरावर पुन्हा डाफरला होता.

तो भराभर काम हातावेगळं करीत होता, आणखी काही फुटू नये म्हणून काळजी घेत होता. त्याच्या डोळ्यांत पाणी जमा झाले होतं. ते तो शर्टाच्या कळकट बाहीनं पुसत होता.

मी त्याच्या हालचालीकडे बघत मुद्दामहून जास्त वेळ तिथं थांबलो होतो. माझ्या टेबलावर चहाचा कप ठेवायला तो आला तेव्हा मी त्याला विचारलं...

''नाव काय बेटा तुझं?''

कावरा बावरा होत तो इकडे तिकडे बघत म्हणाला. ''शिवराम... शिवराम धोंडू वाघमारे.'' असं म्हणत तो मालकाकडे बघत घाबरून दुसरीकडे वळला.

त्याचे कपडे फाटलेले होते. फाटलेली खाकी हाफ पँट, रेघा रेघांचा मळलेला हाफ शर्ट व तेल न लावलेले भुरभुरते केस. आंघोळही चार सहा दिवसात केलेली नसावी.

कुणालाही दया यावी असाच त्याचा अवतार होता. मलाही त्याची कीव आली होती. कुणास ठाऊक, तो मुलगा मला आवडला होता. त्याच्या डोळ्यांत

वेगळीच चमक मला दिसत होती. काउंटरवर चहाचे पैसे देऊन मी घराकडे परतलो.

रस्त्यात शिवरामचेच विचार मनात येत होते. वाटलं, इतक्या लहान वयात लिहायचं, खेळायचं सोडून याच्या नशिबी असं जगणं का बरं आलं असावं! याला आईबाप असतील की नाही! असतील तर ते काय करीत असतील?

असेच आठ-दहा दिवस निघून गेले. परंतु शिवराम काही स्मरणातून जात नव्हता.

आज सुट्टीचा दिवस होता. काल ऑफिसमध्ये पूर्ण न झालेलं काम घरी पूर्ण करायचं होतं. मी ट्रेसिंगचं काम करीत होतो. निरनिराळे बांधकामाचे नकाशे तयार करण्याचं काम माझ्याकडे होतं. एका महाविद्यालयाच्या मुलांच्या वसतिगृहाचा नकाशा तयार करायचा होता, कमीत कमी जागेत जास्त खोल्या काढायच्या होत्या. खेळाचं मैदान ठेवायचं होतं. तेच महत्त्वाचं होतं, त्याशिवाय मुलं खेळणार कशी?

मी गरीब मागासवर्गीय मुलांच्या वसतिगृहात राहून शाळा शिकलो होतो. म्हणून मला अशा मुलांच्या सुख-दु:खाची कल्पना होती. माझं ते कष्टमय जीवन मला आजही जसंच्या तसं आठवतं. गरिबीचे चटके आठवतात. शाळा-शिक्षकांच्या घरी पाणी भरलेलं आठवतं. बस स्टॉपवर हमाली केलेली आठवते.

त्याकाळी वसतिगृहात फरशा नव्हत्या. आम्ही शेणाने सारवत असू, छत गळायचं, खिडक्या पुरेशा नव्हत्या. खेळाचं मैदान लहान होतं व त्या वसतिगृहातल्या त्याच त्या चवीच्या जेवणाचा कंटाळा येत असे. बघता बघता मी माझा शालेय इतिहास चाळत होतो, भूतकाळात रमलो होतो.

''जेवण तयार आहे, वाढू का?'' माझ्या पत्नीनं आवाज दिला.

मी माझ्या तंद्रीतून बाहेर आलो. वर्तमानात येत म्हणालो,

''बस आटोपलंच, पंधरा मिनिटं.''

मी नकाशा पूर्ण केला होता, माझ्या मनासारखा झाला होता, कमी जागेत जास्तीत जास्त खोल्या काढून समोर खेळाचं मैदान दाखवलं होतं.

दुसऱ्या दिवशी कार्यालयातून परत येताना, शिवराम रस्त्याच्या कडेला एका झाडाखाली एकटाच बसलेला दिसला. जमिनीवर मातीत रेघोट्या ओढत बसला होता तो, मी स्कूटर थांबवून त्याला म्हणालो, ''शिवराम आज इथं कसा काय? आज हॉटेल बंद आहे काय रे?''

"नाही साहेब, आठवड्यातून एक दिवस मंगळवारी अर्धा दिवस सुट्टी असते. मी जाऊन कुठं जाऊ! म्हणून इथं या झाडाखाली येऊन बसतो. या गावात कोण आहे माझं? घरदार, नातेवाईक, मित्र कोणीच नाही आपल्याला."

"असं! तर मग असं करू या काय आपण! तू चल माझ्यासोबत माझ्या घरी. माझी मुलं आहेत, त्यांच्यासोबत तुला खेळता येईल."

शिवराम जरा संकोचला, परंतु लवकरच तयार झाला. माझ्या स्कूटरवर बसून माझ्या घरी आला. कुणास ठाऊक का, पण हा पोरगा मला बरा वाटत होता. मला त्याची दया येत होतीच, तशी त्याच्याविषयी अपार करुणा दाटून येत होती. घरात गेल्यावर मी त्याची सगळ्यांशी ओळख करून दिली.

"हा एक गरीब मुलगा हॉटेलात काम करातो बिचारा." असं सांगितलं. माझ्या मुलांना व बायकोला हे नवीनच होतं. ती म्हणाली, "हो, पण हा इथं कसा काय आला?"

माझ्या पत्नीला माझ्या स्वभावाची पूर्ण कल्पना आहे. मी कुणावरही दया दाखवून मदत करू शकतो, किंबहुना घरी आणून चहा-पाणी; जेवण देऊ शकतो हे तिला माहिती आहे. म्हणून तिनं जास्त चौकशी केलीच नाही. ती चहा-नाश्ता करण्यासाठी आत निघून गेली. व्हरांड्यात मी व शिवराम दोघंच बसलो होतो. त्याचं वर्तमान व भूतकाळ जाणून घ्यायचा होता मला.

"शिवराम, कुठल्या गावचा आहेस तू? घरी कोण कोण आहेत तुझ्या? इथं कधीपासून आहेस?" माझ्या मनात साचलेले सगळे प्रश्न मी एकाच वेळी विचारले.

शिवराम चूप होता. त्याच्या मुखावर ना आनंद, ना खेद. त्याचं निरागस, कोवळं मन कोमेजलं होतं जणू! थोडा वेळ थांबून तो म्हणाला, "भिलठाणा जवळ रायपूर गाव आहे. त्याच्या जवळ सैलानी खेडं आहे, तेच माझं गाव. इथं झाले सहा महिने. हॉटेलमालक आमच्या गावाकडचाच आहे."

"घरी कोण कोण आहेत तुझ्या? ते काय करतात?"

हा प्रश्न शिवरामाला रुचला नसावा. त्याच्या मुखावर चिंता दिसू लागली. रोखून धरलेला श्वास सोडत तो म्हणाला, "आमची परिस्थिती फार गरिबीची आहे साहेब. माझी आई माझ्या जन्माच्या वेळीच देवाघरी गेल्याचं सांगतात. मी तिला पाहिल्याचं कसं आठवणार? माझ्या वडिलांनी दुसरं लग्न केलं. सावत्र आई आहे घरात. तिला तिचा एक मुलगा आहे."

शिवराम हळूहळू खुलत होता. पुढे सांगू लागला,

"एक दिवस खेळता खेळता माझ्या सावत्र भावाचं डोकं फुटलं. माझ्या सावत्र आईनं माझ्यावरच राग काढला. तिला वाटलं, मीच त्याला मारलं. तशी ती माझा राग करीतच होती. पण या प्रसंगानंतर तिनं मला घराबाहेर काढून दिलं.

"माझा बाप एक शब्दही बोलला नाही. उलट त्यानंच मला या ओळखीच्या हॉटेलात नोकरीला ठेवलं. तोही अपघातात मेला." शिवराम आपली कहाणी सांगत होता. सांगताना त्याचा कंठ दाटून येत होता, त्याच्या पापण्या भिजत होत्या.

शिवरामची कहाणी ऐकताना माझ्या पत्नीच्या डोळ्यांतही गंगायमुना गोळा झाल्या. मीसुद्धा माझ्या अशाच बालपणीच्या जीवनात डोकावलो. माझी कथा वेगळी होती. मात्र दारिद्र्य सगळ्यांचं बालपण कुरतडून टाकते, हा समान धागा आमच्यात होता.

मी वार लावून व मास्तरांच्या घरी कामं करून शिकत होतो. शिवराम मात्र शिक्षणापासून वंचित होता व बालमजुरी करीत होता, हाच काय तो फरक. मला शिक्षणाची आवड होती. तशीच शिवरामलाही होती. माझ्या बाबांनी निदान मला वसतिगृहात ठेवलं होतं. परंतु शिवराम एका अमानवी गर्तेत फेकला गेला होता. शिळ्या व उष्ट्या अन्नावर जगत होता. मालकाच्या शिव्या खात होता. तो बालकामगार होता.

बालकामगारांसाठी कायदे आहेत. त्यांना या कोवळ्या वयात कामाला जुंपू नये, असा कायदा आहे. परंतु तेच सर्रास चालू आहे या देशात. अधुऱ्या, अपुऱ्या, निकृष्ट अन्नावर जगणारी ही मुलं म्हणे आमच्या देशाची आधारस्तंभ आहेत, उद्याचे ते सुजाण नागरिक आहेत! किती हा विरोधाभास!

मला आठवलं माझ्या वसतिगृहात दर गुरुवारी खीर बनायची. सगळ्यांना एक लहानशी वाटी खीर मिळायची, आणखी एक वाटी खीर मिळाली तर किती बरं होईल, असं वाटायचं. पण तो खडूस आचारी देत नव्हता, आम्ही हिरमुसले होत असू.

या आठवणी माझ्याभोवती फेर धरून नाचू लागल्या. इतक्यात माझ्या पत्नीनं दोन कप चहा व बिस्किटांची प्लेट आमच्यासमोर आणून ठेवली.

मी शिवरामला चहाचा कप व दोन बिस्किटं दिली. तो संकोचून नाही नाही करत होता.

"अरे घे, घे आणि बरं का, आज रात्रीला आमच्याकडेच आमच्या सोबतच जेवण घ्यायचं बरं का!" मी म्हणालो.

“नाही साहेब, आमच्या हॉटेलवर आमच्या चौघांचंही जेवण तयार करतात, तुम्ही चिंता नका करू. मालकाला कळलं तर मोठा गहजब होईल.” तो गयावया करीत म्हणाला.

“अरे नाही नाही. शिवराम तू आज आमचा पाहुणा. आज इथंच जेवायचं. काय सुमती, हा शिवराम इथंच जेवण करील आपल्यासोबत!”

शिवरामचा संकोच आता मावळला होता. तो माझ्या मुलांसोबत बोलू लागला होता. माझ्या पत्नीनं त्याला नंदूची एक पॅंट व एक हाफ शर्ट दिला. नंदूच्याच वयाचा होता तो. त्यानं नाही हो करत ते कपडे घातले. त्या कपड्यात तो उजळ दिसू लागला होता. मी त्याला म्हणालो,

“शिवराम, तू शाळाबिळा शिकलास की नाही बेटा इथं येण्याआधी?”

“होय साहेब, मी पाचवीत शिकत होतो. अर्ध्यातच शाळा सोडून आलो. आणखी शिकायची इच्छा आहे, पण नाही जमलं. आता तर जे शिकलो तेही विसरत आहे.” शिवरामची शिक्षणाची तळमळ दिसत होती.

“होय? तुला शिकायची इच्छा आहे तर अजून!”

“आहे, पण आता कुठली शाळा?” तो निराशा सुरात म्हणाला.

“असं करशील का तू! रोज संध्याकाळी आमच्या घरी येत जा. आम्ही शिकवू तुला जमेल तसं किंवा शाळेचं बघू तुझ्या.”

“साहेब, मला खूप बरं वाटलं हे ऐकून. पण अडचण अशी आहे की आमचं हॉटेल संध्याकाळी आठ वाजता बंद होतं. सगळं आवरून जेवायला नऊ वाजतात.”

शिवराम एकाएकी खुलला होता. मी त्याला म्हणालो, “ठीक आहे रात्री नऊ वाजता येत जा तू.”

असीम आनंदाची एक स्मितरेषा त्याच्या मुखावर उमटलेली मला दिसली. तो रोज न चुकता माझ्या घरी येऊ लागला, माझ्या मुलांशी त्याची मैत्री जमली होतीच. सुमतीला सुरुवातीला जरा अवघड वाटलं खरं, पण त्याची असाहायता पाहून व त्याचं निरागस वागणं पाहून तिचं मन द्रवलं. त्याच्याविषयी तिच्या मनात दया निर्माण झाली होती. स्त्रीसुलभ ममतेचा झरा फुटला होता.

शिवरामला मी ते हॉटेलचं काम सोडायला लावलं. तो आमच्यासोबतच राहू लागला. लवकरच शिवरामच्या तल्लख बुद्धिमत्तेचा व दांडग्या स्मरण-शक्तीचा आम्हा सगळ्यांना परिचय आला. मुख्य म्हणजे तो कष्टाळू व प्रामाणिक होता.

तो आता आमच्या घरात चांगलाच रुळला. अगदी आमच्या घरातला सदस्यच झाला. तो आमचा नसूनही आमच्या कुटुंबाचा अविभाज्य अंग झाला होता. या गोष्टीची सगळीकडे चर्चा झाली होती. जणू आमचं ते तिसरं अपत्य होतं व आम्ही त्याचे आईवडील!

माझ्या छोट्या मुलाचा वाढदिवस होता. आजूबाजूचे व माझ्या कार्यालयातले स्नेही आले होते. शिवरामही अर्थात होताच. शिवराम सगळ्या कामात मदत करीत होता. तो आमच्यात एकरूप झाला होता. तरी एक बेवारस मुलगा या घरात आश्रितासारखा राहातो हे अनेकांच्या मनात आलंच.

सर्वांच्या मनात त्याच्याबद्दल सहानुभूती व दया अर्थात होतीच. त्याची धावपळ, विनम्रता व हजरजबाबीपणा, माझे मित्र अग्रवाल यांच्या नजरेतून सुटला नाही. तो एक कौतुकाचाच विषय झाला होता सगळ्यांच्या.

आणखी एके दिवशी अग्रवालसाहेब माझ्या घरी आले. एक समंजस व्यक्ती म्हणून त्यांची ख्याती होती. पुरोगामी विचाराचे ते एक सज्जन गृहस्थ म्हणून त्यांची ओळख सर्वत्र पसरली होती. ते सुखी असले तरी समाधानी नव्हते.

सर्व सुखे पायाशी लोळण घेत असली तरी त्यांना मूलबाळ नसल्याचे दुःख होते.

ते सपत्निक आले होते. अनुराधावहिनीसुद्धा एक सुशील गृहिणी होत्या. आज दोघांच्याही मनात कसलीशी घालमेल होती, औपचारिक गप्पा झाल्यावर त्यांनी मुद्द्यालाच हात घातला... म्हणाले,

"आप बुरा न माने तो एक बात कहू?"

मी म्हणालो, "बेलाशक सांगा अग्रवालजी."

"आप तो जानते है हमारी कोई संतान नही. ये शिवरामभी बिना माबाप का लडका है. बेसहारा बिचारा! हम चाहते की इस लडके को गोद ले. तो आमच्या घरी आमच्या मुलासारखा राहील, आम्ही त्याला शिकवू, मोठा माणूस करू, त्याला भरपूर प्रेम देऊ. तो आम्हाला आधार देईल."

अग्रवालसाहेब भावनाविवश होत सगळं एका दमात बोलून गेले. शिवराम हे सगळं ऐकत होताच. त्याच्याही मनात चलबिचल झाली असावी.

अग्रवालसाहेब अंतर्बाह्य सज्जन माणूस होते. त्यांच्या घरात शिवरामचं आयुष्य सुखात जाणार, यात शंका नव्हती. त्यांच्याजवळ मनाचीही श्रीमंती होती. शिवरामच्या जीवनात बालपणीच अंधार आला होता, आता तो उजळणार

होता. या संधीचं सोनं करून द्यावं असं मला वाटून गेलं.

माझ्या पत्नीला मात्र हे रुचलं नाही. शिवरामनं आमच्या घराला लावलेला लळा आड येत होता. परंतु त्याच्या भविष्याचा विचार करता त्याला सोडणं कसं योग्य आहे, हे मी तिला समजावून सांगितलं, तेव्हा ती तयार झाली. शिवरामला विचारले, तर तो एकदम चूप झाला. काहीच बोलेना, त्याच्या डोळ्यांत पाणी होतं.

शेवटी म्हणाला, ''साहेब, तुम्ही या व्हरांड्यात मला जागा दिली, प्रेम दिले; माया दाखविली व आसरा दिला. आता का दूर लोटता! बरं आहे हेच. एक घर आधीच सुटलं. आता या घरापासून का वेगळं करता मला?''

शिवराम संवेदनशील मनाचा होता. त्याच्या घराचं प्रेम त्याला मिळालं नव्हतं, माझ्या घरात ते मिळालं होतं. ते सोडून कशाला जा, असं त्याचं बालमन त्याला बजावत असावं. परंतु त्याच्या भविष्याविषयी मी त्याला समजावू लागलो तेव्हा तो म्हणाला,

''साहेब, तुम्ही मला प्रेम देता ते काय कमी आहे? राहू द्या मला इथंच.''

लहानसं पोर होतं ते. त्याला काय कळणार भविष्य वगैरे...

अखेरीस खूप समजविल्यानंतर तो अग्रवालसाहेबांच्या घरी जाण्यास तयार झाला. साश्रू नयनांनी आम्ही त्याला निरोप दिला. तिथं तो चांगला रुळल्याचे समजलं.

मी काही ना काही काम काढून अग्रवालसाहेबांच्या घरी जात होतो. ते सुद्धा अधूनमधून माझ्याकडे यायचे, शिवरामची भेट व्हायची, तो आता नियमित शाळेत जात होता.

गोपाल अग्रवाल व अनुराधा वहिनी त्याला पोटच्या मुलासारखं प्रेम देत होते. तो खूश दिसत होता. ऐकून मला खूप बरं वाटत होतं. एका बेसहारा मुलाला आसरा मिळाला होता व त्याला मी निमित्त होतो, यांचे ते सुख होतं.

शिवरामसुद्धा कधीकधी आमच्या घरी यायचा; भेटायचा व त्याच्या शाळेतल्या प्रगतीचं सांगायचा. त्याच्या जीवनाला आता स्थिरता आली होती. त्याचं आयुष्य एक चांगला आकार घेऊ लागलं होतं. त्याच्या नशिबातले काटे सरून त्यावर नवी पालवी फुटली होती, त्यावर फुलं आली होती. असे खूप दिवस गेले.

काही वर्षांनी अग्रवालसाहेबांची बदली मुंबईला झाली. अर्थात शिवरामलाही त्यांच्यासोबत जाणं भाग होतं. त्याचं दत्तकपत्रसुद्धा अग्रवालसाहेबांनी मध्यंतरी तयार करवून घेतलं होतं. त्याला त्यांच्या औरस पुत्राचे सगळे हक्क प्राप्त झाले

होते. आमचा व त्याचा एकमेकांप्रती जिव्हाळा मात्र कमी झाला नव्हता.

जाताना शिवरामला वाईट वाटलं. तो खूप रडला. आम्हाला सोडून जाणं त्याच्या मनात नव्हतं. गावात होतं तोपर्यंत ठीक होतं. आता भेट होणं कठीण होतं. त्याला जुने दिवस आठवले. आम्हालासुद्धा तो आमच्यापासून अलग होणार यांचे वाईट वाटत होतंच. पण इलाज नव्हता.

भावनेपेक्षा कर्तव्य मोठं असतं. त्याच्या प्रगतीच्या आड कशाला यावं? आणि तो नात्याने आपला कोण लागतो? या सारखे अनेक विचार माझ्या मनात येऊन गेले. जे होतं ते चांगल्यासाठीच होतं या विचारांचा मी होतो.

शिवाय अग्रवालसाहेबांचा तो आता दत्तकपुत्र होता. त्याला त्यांच्या औरस पुत्राचे सगळे अधिकार मिळाले होते. त्यांचा तो आधार होता. त्यांच्याप्रती जन्मदात्या वडिलांसारखे प्रेम त्यानं करावं, ही त्यांचीही अपेक्षा असणार होती. त्यालाही आपलं कर्तव्य पार पाडणं क्रमप्राप्त होतं.

माझी पत्नी, तो जाताना रडली अक्षरशः! त्यानं आम्हाला लळा लावला होता हे मात्र खरं! तो जणू आमचा नातलग व जिवाभावाचा झाला होता. त्याच्यात व आमच्यात प्रेमाचं नातं निर्माण झालं होतं. मानलेली नाती कधीकधी रक्ताच्या नात्यापेक्षाही सरस ठरतात, याचा प्रत्यय आम्हाला येत होता.

मला त्यावेळी माझं बालपण आठवलं. मीही असाच घर सोडून वसति गृहात गेलो होतो. घर सोडताना आपल्या जिवलगांच्या आठवणी कशा सतावतात याचा अनुभव मला होता.

जाता जाता अग्रवालसाहेबांना मी म्हणालो, "शिवरामकडे लक्ष असू द्या; आपल्याशिवाय कुणी नाही हो त्याला." माझ्याही डोळ्यांत त्यावेळी पाणी तरळलं होतं.

दिवसामागून दिवस; काही वर्ष निघून गेली. शिवरामची पत्रं येत होती. तो ग्रॅज्युएट झाला ते कळलं होतं. काही दिवसानंतर पत्रांचा ओघ कमी होत होत ती बंद झाली.

आमचं वय झालं, माझी मुलं मोठी झाली. शिकून सवरून आपल्या पायावर उभी होऊन पोटापाण्यासाठी नोकरी शोधत निरनिराळ्या गावी निघून गेलीत, मीही नोकरीतून निवृत्त झालो. घरी मी व सुमती दोघंच होतो, सुखात दिवस जात होते. काळ भराभर निघून गेला होता.

भूतकाळाचा पट मोठा झाला होता. आठवणी धूसर व पुसट होत होत्या. डोळे काहीसे थकले होते. वर्तमानात जगताना भविष्याचीच चिंता वाटत होती.

अवतीभोवती म्हणावा तसा उजेड नव्हताच. सगळं काही झपाट्यानं बदलत चाललं होतं. जुनं संपत जात होतं, नवं पचनी पडत नव्हतं. जग जवळ येतेय म्हणता म्हणता दूर जात होतं, माणसं पांगत होती, नाती दुभंगत चालली होती. आम्हाला एकटेपण जाणवत होतं.

रोज संध्याकाळी अंगणात बसून सुमती आणि मी भूतकाळ आठवत बसायचो. अंगणात लावलेली झाडं केवळ सोबत करीत होती आमची. मुलं-मुली आपल्याला उद्योगासाठी घर सोडून गेली होती. अधूनमधून त्यांचे फोन यायचे. तेवढाच दिलासा, आधार वाटायचा. दोन दिवसांसाठी नातवंडं यायची. त्यांचा चिवचिवाट अनेक दिवस कानात गुंजत राहायचा. तोच पुनः पुन्हा आठवत आम्ही भूतकाळाचा वर्तमान करायचो आणि मनाचं समाधान करून घ्यायचो.

एके दिवशी असाच मी एकटा अंगणात खाट टाकून बसलो होतो. सर्वत्र शुकशुकाट होता. अचानक माझ्या दाराशी एक पांढरी मारुती ओम्नी गाडी थांबली. एक अपटुडेट पोशाखातला तरुण तिच्यातून ऐटीत खाली उतरला. सरळ गेट उघडून अंगणात आला. माझ्या अगदी जवळ आला व माझ्या पायाला हात लावत म्हणाला, "साहेब, कसे आहात तुम्ही? आई कुठं आहेत? त्यांची प्रकृती कशी आहे?"

मी त्या तरुणाला ओळखण्याचा प्रयत्न करीत होतो पण काहीच लक्षात येत नव्हतं. मी मेंदूला आणखी ताण देत होतो, पण व्यर्थ! तो ओळख न देता ओठातल्या ओठांत हसत होता. मी त्याला निरखून बघत होतो. थोडा स्मरणशक्तीला आणखी ताण दिला आणि लखलख प्रकाश माझ्या डोळ्यांसमोर चमकला.

मी थेट वीस वर्षं मागे गेलो. तो लहानगा, मळकट कपड्यातला हॉटेल बॉय शिवराम मला आठवला. त्याचं ते हॉटेल मला आजही जसेच्या तसं आठवलं. त्यानं फोडलेल्या काचेच्या ग्लासाचे तुकडे आठवले. त्याचा तो हॉटेल मालक डाफरताना दिसला. मी हर्षातिरेकानं ओरडलो

"अरे शिवराम, तू?"

"होय साहेब, कसे आहात तुम्ही? आई कशी आहे?"

माझ्या पापण्या ओल्या झाल्या. मी कसाबसा म्हणालो, "मी मजेत आहे, बाळा शिवराम. रिटायर्ड झालो आहे, थकलो असलो तरी आरामात आहे, तू कसा आहेस? केवढा मोठा झालास रे. बरोबर आमच्या नंदूसारखा."

"साहेब, ईश्वराच्या कृपेनं व तुमच्या आशीवार्दानं एकदम मजेत आहे. मी विमा कंपनीत अधिकारी आहे, चांगला पगार आहे, वडिलांची पेन्शन आहे.

घरदार-बंगला-गाडी सगळं आहे.''

"अरे वा, छान. आमचे अग्रवालसाहेब कसे आहेत? आणि अनुराधा वहिनी?''

"तेसुद्धा रिटायर्ड झालेत. थकलेत जरा. परंतु दोघंही आनंदात आहेत.

"साहेब, तुमच्यामुळेच झालं हे सगळं. तुम्हीच माझं जीवन बदलून टाकलं. तुमचे उपकार...''

शिवरामच्या डोळ्यांत आनंदाश्रू होते. तो माझ्या बाजूलाच सोफ्यावर बसला होता. एवढ्यात सुमती मंदिरातून परतली होती. तिनं मात्र शिवरामला पाहताक्षणीच ओळखलं. तिचा आनंद ओसंडून वाहत होता. पुत्रभेटीचा आनंद होता तो!

सुमतीनं शिवरामच्या आवडीची भरल्या वांग्याची भाजी केली. आम्ही सोबतच जेवलो. तो बाहेरच्या व्हरांड्यात आला. क्षणभर तिथं घोटाळला. याच व्हारांड्यात तो सुरुवातीला आला. तेव्हा थांबला होता. झोपला होता.

त्याला प्रथम आसरा मिळालेली ती हीच जागा होती. माझ्या मुलांसोबत तो इथंच खेळला, बागडला होता. त्याला ते आठवलं असावं. तो म्हणाला, "साहेब, मला या व्हरांड्यात अजून जागा आहे तर!''

"अरे, असं काय म्हणतोस शिवराम? हे सगळं घरच तुझं आहे बाळा! आणि तू तर आमच्या हृदयात जागा निर्माण करून गेलास.'' माझाही कंठ दाटून आला होता.

शिवराम दोन दिवस आमच्या सोबत राहिला. जाताना म्हणाला,

"साहेब, एक मुलांच्या वसतिगृहाचा नकाशा बनवा बरं. आमच्या विमा कंपनीला गरीब निराधार मुलांसाठी वसतिगृह बांधायचं आहे. त्यात मी माझ्याकडून दोन खोल्या दान म्हणून बांधून देणार आाहे. गरीब बिचारी बेसहारा मुलं कुठं जाणार?''

शिवरामचे हे विचार ऐकून मला व सुमतीला अतीव आनंद झाला होताच.

♦ ♦ ♦

८. साहेबांची मेजवानी...

आज मिस्टर शामनाथांच्या घरी मोठ्या साहेबांना जेवणाचं निमंत्रण होतं. शामनाथ व त्यांची सुविद्य पत्नी त्याच तयारीत गुंतले होते. त्यांना कपाळावरचा घाम पुसायचीही फुरसत नव्हती. पत्नी ड्रेसिंग गाऊन घालून विस्कटलेल्या केसांना मागे सारत, पुनः पुन्हा सुटलेला अंबाडा बांधत, तोंडावरचा पावडरचा थर हातानं पुसत, सारखी इकडून तिकडे धावत होती. मिस्टर शामनाथ सिगारेटीवर सिगारेटी फुंकत, हातात आवश्यक त्या वस्तूंची यादी नाचवत येरझारा घालीत होते. त्या दोघांचा सगळा दिवस त्याच कामात खर्ची पडला होता.

अखेरीस पाच वाजता जेवणाच्या कार्यक्रमाची तयारी झाली. खुर्च्या, टी पॉय, छोटी टेबलं, हात पुसायचे छोटे नॅपकीन, फुलदाण्या, व्हरांड्यात पोहोचल्या.

मद्यपानाचा कार्यक्रम बैठकीच्या खोलीत करायचाचं ठरलं. घरातलं सटर फटर, फालतू सामान आलमारीत किंवा जमेल त्या ठिकाणी, पलंगाखाली किंवा कोठीमागे दडवून ठेवण्यात आले. अडचण एकच उरली होती. ती म्हणजे शामनाथची म्हातारी आई. तिचं काय करायचं?

'आई' हा मोठा प्रश्न त्यांच्यासमोर होता. या गोष्टीकडे ना शामनाथचे ना त्यांच्या पत्नीचं लक्ष गेलं होतं. मिस्टर शामनाथ पत्नीकडे वळून म्हणालं "या म्हातारीचं काय करायचं?"

पत्नी काम करता करता थांबली. थोड्या वेळानं विचार करून म्हणाली, "तिला मागील बाजूच्या तिच्या मैत्रिणीच्या घरी पाठवा. रात्रभर तिथंच राहील. सकाळी परत येईल."

शामनाथ सिगारेट ओठात धरून, भुवया

ताणून म्हणाले, ''नाही, मला त्या शेजारच्या म्हातारीचं या घरात पुन: पुन्हा येणं पसंत नाही. मोठ्या प्रयासानं ते बंद केलं होतं. या निमित्तानं ती पुन्हा यायला लागेल. त्यापेक्षा आईला सांगायचं, की संध्याकाळ होण्याआधीच जेवून, तिनं शेजारच्या तिच्या खोलीत जाऊन बसावं. पाहुणे साहेब रात्री आठ वाजता येतील, त्या आधी तिचं सगळं आटपायला हवं.''

शामनाथांची सूचना चांगली होती. दोघांनाही ती पसंत पडली. परंतु पत्नीनं एका शंका काढलीच. ती म्हणाली, ''म्हातारी लवकर झोपली आणि जोरजोरात घोरू लागली तर! तिच्या खोलीजवळच तर व्हरांडा आहे. तिथंच तर पाहुणे जेवायला बसणार आहेत. त्यांनी ते ऐकलं तर मोठा गोंधळ होईल.''

यावर शामनाथ म्हणाले, ''आपण म्हातारीला सांगू, की आतून दरवाजा बंद कर आणि अजिबात झोपायचं नाही. बसून राहायचं. बस, प्रश्नच मिटला.''

''आणि समजा ती झोपलीच, तर रात्रीच्या जेवणाचं माहिती नाही किती वेळ चालेल. अकरा-बारा वाजेपर्यंत तुम्ही लोक मद्यपानच करीत बसता.'' पत्नीची रास्त शंका.

शामनाथ जरा चिडलेच म्हणाले, ''चांगली ही म्हातारी मोठ्या भावाकडे जाणार होती. तू विनाकारण तिला इथं राहायला भाग पाडलं.''

आता चिडण्याची पाळी पत्नीची होती. ती त्राग्याने म्हणाली, ''वा... वा... तुमच्या माय-लेकांमध्ये मी कशाला बोलून वाईट बनू? तुमचं तुम्ही बघत बसा.''

मिस्टर शामनाथ चूप बसले. ही वेळ वाद घालून वेळ घालवण्याची नव्हती. समोर आलेल्या समस्येचं निराकरण करायची होती.

त्यांनी वळून म्हातारीच्या खोलीकडे पाहिलं. त्या खोलीचा दरवाजा व्हरांड्यात उघडत होता. व्हरांड्याकडे बघून ते म्हणाले, ''आयडिया.''

शामनाथ झटकन उभे राहिले आणि म्हातारीच्या खोलीकडे झपझप चालत गेले. म्हातारी भिंतीला टेकून आपलं डोकं दुपट्यानं बांधून माळ जपत होती. सकाळपासून चाललेली घरातली धावपळ बघून तिच्याही काळजाची धडधड वाढली होती. आपल्या मुलाचा मोठा साहेब घरी जेवायला येतो आहे हे समजल्यावर, हा समारंभ चांगल्या रीतीनं पार पडावा, याची ती काळजी करीत होती... त्यासाठी मनोमन देवाला प्रार्थनाही करीत होती.

''आई, आज तू लवकर जेवून घे. पाहुणे साहेबलोक संध्याकाळी साडेसात वाजता येतील.'' शामनाथ म्हणाले.

म्हातारीनं डोक्यावरचा दुपट्टा हळूच बाजूला केला आणि शामनाथकडे वळून म्हणाली, "आज मला जेवायचं नाही बेटा. तुला माहितीच आहे, की ज्या दिवशी घरात मांस-मच्छी शिजत असेल त्या दिवशी मी या घरात काहीच खात नाही."

"जे काय असेल ते. मात्र तुझं लवकर आटप हेच सांगायचं होतं."

"बरं बेटा."

"आणि आई, आम्ही लोक आधी बैठकीमध्ये बसू. त्यावेळपर्यंत तू या व्हरांड्यात बसायचं आणि ज्यावेळी आम्ही इकडे येऊ, तेव्हा तू स्वयंपाक-घरातून बैठकीत जायचं."

म्हातारी शामनाथच्या तोंडाकडं आश्चर्यानं पाहू लागली. नंतर हळूच म्हणाली, "बरं बेटा."

"आणि आई, तू लवकर झोपायचं नाही बरं का. तू झोपेत घोरतेस आणि तुझ्या घोरण्याचा आवाज दूरपर्यंत जातो."

म्हातारी मान खाली घालत शरमून म्हणाली, "काय करू बेटा, ते माझ्या हातात थोडंच आहे! मागील आजारातून उठल्यापासून मला नाकानं धड श्वास घेताच येत नाही."

शामनाथांनी सगळी व्यवस्था, तर चोख केली होती; तरीही त्यांच्या मनाला समाधान वाटत नव्हतं. सारखी चलबिचल होत होती. मोठे साहेब अचानक तिकडेच गेले तर!

त्यांच्यासोबत आठ-दहा पाहुणे असतील. देशी ऑफिसर, त्यांच्या बायका, यांच्यापैकी कुणीही स्वयंपाकघरात जाऊ शकते. काहीसा क्षोभ, काहीसा राग, अशा अवस्थेत ते गोंधळून गेले होते. एक खुर्ची व्हरांड्यात टाकून ते त्यावर बसले व म्हणाले, "आई, ये जरा इकडे, बैस या खुर्चीवर."

म्हातारी हातातली माळ सांभाळत, पदर सावरत, हळूच खुर्चीवर बसली.

"अहं, असं नाही. दोन्ही पाय वर घेऊन बसायचं नसतं खुर्चीत. ही काय खाट आहे?"

म्हातारीनं दोन्ही पाय खाली सोडले.

"आणि हे बघ, कृपा करून अनवाणी पायांनी घरात वावरायचं नाही. शिवाय तुझ्या त्या खडावासुद्धा वापरायच्या नाहीत. एखाद दिवशी त्या खडावा फेकून देईन मी बाहेर." म्हातारी चूप बसली.

"कपडे कोणते घालशील आई?"

"जे आहेत ते घालील बेटा. तू म्हणशील ते घालील."

सिगारेट तशीच ओठात दाबून मिस्टर शामनाथ अर्धोन्मीलित डोळ्यांनी म्हातारीकडे बघत, तिच्या पोशाखाविषयी विचार करू लागले.

शामनाथ प्रत्येक बाबतील शिस्त पाळायचे. घराचं सगळं तेच बघायचे. घरातल्या भिंतीवर कुठं खुंट्या लावायच्या, बिछाने कुठं घालायचे, पडदे कोणत्या रंगाचे असावेत, पत्नीने कोणत्या रंगाची साडी घालावी, टेबलाचा आकार कसा, केवढा असावा इत्यादी.

शामनाथांना काळजी होती, की मोठ्या साहेबांची प्रत्यक्ष भेट म्हातारीशी झाली, तर काही घोटाळा होऊन शरमेनं मान खाली घालायला लागू नये. म्हातारीला आपादमस्तक न्याहाळत ते म्हणाले, "तू पांढरा शर्ट आणि पांढरी सलवार घाल आई. जा, घालून ये, बघू तरी कशी दिसतेस ते."

म्हातारी उठली आणि आपल्या खोलीत कपडे घालण्यासाठी गेली.

"या म्हातारीचा गोंधळच होईल बघ." शामनाथ इंग्रजीतून आपल्या पत्नीला म्हणाले. "एक ना धड भाराभर चिंध्या. जर काही विचित्र गोष्ट बोलून गेली, तर मोठ्या साहेबांना वाईट वाटेल आणि सगळं गांभीर्यच निघून जाईल."

म्हातारी पांढरे झ्याक कपडे घालून बाहेर आली. लहानशा, बुटक्या देहयष्टीची म्हातारी, तिचं सुकलेलं, सुरकुतलेलं, पांढऱ्या कपड्यातलं शरीर, मिचमिचे डोळे, ओढणीखाली लपवलेले, अर्धेअधिक झडून गेलेले पांढरे केस, अशा अवस्थेत ती आणखीनच कुरूप दिसत होती.

"चला, ठीक आहे. काही बांगड्याबिंगड्या असतील, तर त्या घाल हातात. काही हरकत नाही."

"बांगड्या कुठून आणू बेटा? तुला तर माहितीच आहे, की सगळे दागिने तुझ्या शिक्षणाच्या खर्चातच कामी आले."

हे वाक्य शामनाथांच्या काळजाला बाणासारखं टोचलं. ते ताडकनं रागानं बोलले, "हा कोणता राग आळवतेस तू आई भलत्यावेळी? सरळ सांग ना, की दागिने नाही आहेत म्हणून, बस. याच्याशी शिक्षणाचा काय संबंध आहे? तुझे दागिने विकले, तर त्याच्या बदल्यात मी काही ना काही बनलोच ना. काहीच न करणारा रिकामचोट, आवारा तर नाही ना निघालो? जेवढं तू दिलं असशील त्याच्या दुप्पट आणून देईन, समजलीस!"

"माझी जीभ झडून जाईल बेटा, जर तुझ्याकडून दागिने मागून घेईन. माझ्या तोंडून ते सहज निघून गेले बेटा. असते दागिने तर घातलेच असते."

साहेबांची मेजवानी... / ८९

साडेपाच वाजून गेले होते. अजून शामनाथांना आंघोळ उरकून तयार व्हायचं होतं. त्यांची पत्नी केव्हाचीच आतल्या खोलीत गेली होती. शामनाथ पुन्हा एकदा आपल्या आईला सूचना देण्यासाठी तिच्याकडे गेले म्हणाले, ''आई रोजच्यासारखं एका जागी गुमसूम बसून नाही राहायचं. साहेब यदाकदाचित इकडे आलेच आणि त्यांनी काही विचारलंच, तर त्याचं व्यवस्थित उत्तर द्यायचं.''

''मी ना शिकली सवरलेली बेटा, मी काय त्यांच्याशी बोलणार? त्यापेक्षा तूच सांग त्या साहेबाला, की माझा आई अशिक्षित आहे, तिला काहीच समजत नाही म्हणून.''

सात वाजायला आले. म्हातारीच्या काळजात धडधड करायला लागलं. जर मोठा साहेब समोर आला, अन् त्यानं काही विचारलं, तर काय उत्तर द्यायचं? याची तिला काळजी वाटू लागली.

इंग्रज साहेबाला तर दुरूनच पाहून घाबरायची ती. हा तर अमेरिकी साहेब असल्याचं सांगतात. कुणास ठाऊक, काय विचारेल आणि आपण काय उत्तर द्यायचं?

म्हातारीला वाटलं, की चूपचाप मागील बाजूस राहाणाऱ्या आपल्या मैत्रिणीच्या घरी जावं. परंतु तिची हिंमत झाली नाही. शिवाय मुलाचा हुकूम कसा मोडणार? ती मुकाटपणे दोन्ही पाय खाली सोडून खुर्चीत बसून राहिली.

पार्टी ती यशस्वी म्हणायला हवी, की जिच्यात ड्रिंक जास्तीत जास्त संपविलं जातं. शामनाथांची पार्टी तर यशस्वितेच्या शिखरावर आरूढ झाली होती. ज्या गतीनं ग्लास भरले जात होते, त्याच गतीनं परस्परांमध्ये संवाद झडत होते. काहीच कुठं अडचण नव्हती, की कशाचा अडसर नव्हता.

मोठ्या साहेबांना व्हिस्की फार आवडली होती. त्यांच्या मेमसाहेबाला उंची पडदे आवडले होते, सोफ्याचं डिझाईन आवडलं होतं, हॉलची सजावट तर खासच आवडली होती. यापेक्षा सुंदर आणखी काय असू शकते?

मोठे साहेब तर ड्रिंकच्या दुसऱ्या राऊंडलाच विनोदी किस्से ऐकवायला लागले होते. ऑफिसात कडक शिस्तीनं वागणारे मोठे साहेब आता गरीब गाय झाले होते. त्यांची बायको गळ्यात मोत्याचा हार मिरवत, सुगंधी स्प्रे मारून, पावडरच्या मोहक सुवासात आरामात बसलेली होती. जमलेल्या इतर सर्व स्त्रियांच्या ती आकर्षणाचं केंद्र बनली होती, गोष्टीगोष्टींवर हसत काय होती. शामनाथांची पत्नी तर अशा आविर्भावानं वागत होती, की जणू काही मोठ्या

साहेबाच्या बायकोची बालमैत्रीणच आहे.

असं करता करता रात्रीचे दहा वाजले. वेळ कसा निघून गेला याचा पत्ताच लागला नाही. अखेरीस सर्वांनी आपल्या ग्लासातला शेवटचा थेंब पिऊन टाकला. ते सगळे जेवणासाठी उठले. बैठकीतून बाहेर आले. रस्ता दाखवण्यासाठी शामनाथ पुढे व त्याच्यामागे मोठे साहेब व इतर पाहुणे, असा लवाजमा चालला होता.

व्हरांड्यात पोहोचताच शामकांत जरा अडखळले. तिथं जे दृश्य त्यांनी पाहिले त्यामुळे त्यांच्या पायातली शक्तीच निघून गेली. चढलेली दारूची नशा जणू काही एका क्षणात उतरली.

व्हरांड्यात आपल्या खोलीच्या बाहेर म्हातारी आई खुर्चीत दोन्ही पाय वरती घेऊन बसलेली होती. ती अर्धवट झोपेत असल्यामुळे अधूनमधून घोरत होती. तिची मान एकदा डावीकडे, तर एकदा उजवीकडे कलत होती. डोक्यावरचा पदर खाली घसरला होता आणि तिचे पांढरे झालेले अर्धेमुर्धे केस अर्ध्या टकलावर विखुरले होते. म्हातारीचं असं दर्शन शामनाथांना आवडणारं नव्हतंच.

ते दृश्य पाहिल्याबरोबर शामनाथ रागाने लाल झाले. या म्हातारीला एक धक्का देऊन तिच्या खोलीत टाकून द्यावं असंही त्यांना वाटलं. परंतु असं करणं शक्य नव्हतं. मोठे साहेब व इतर पाहुणे सोबतच उभे होते. म्हातारीला पाहताक्षणीच काही पाहुण्या स्त्रिया फिदीफिदी हसल्या होत्या. एवढ्यात मोठे साहेब हळूच म्हणाले, ''पुअर डियर.''

म्हातारी खडबडून जागी झाली. एवढ्या सगळ्या पाहुण्या लोकांना समोर बघून जाम घाबरली, तिला काहीच सुचेना. झटकन ओढणीचा पदर डोक्यावरून घेऊन ती खाली मान घालून जमिनीकडे बघू लागली, तिचे पाय लटपटू लागले. हाताची बोटं थरथर कापू लागली.

''आई, तू खोलीत जाऊन झोप बघू. तू कशाला इतका वेळ जागत बसलीस?'' केविलवाण्या चेहऱ्यानं शामनाथ मोठ्या साहेबांकडे बघत म्हातारीला म्हणाले.

मोठ्या साहेबांच्या मुखावर हास्य होतं. ते उभ्यानंच म्हणाले, ''नमस्ते.''

म्हातारीचा एक हात माळ जपण्यात गुंतलेला होता आणि दुसरा बाहेर. ती ओठातल्या ओठांत पुटपुटली केवळ. दोन्ही हात जोडून नमस्तेही करू शकली नाही, शामनाथ यावरही दु:खी झाले.

एवढ्यात मोठ्या साहेबांनी आपला उजवा हात हस्तांदोलनासाठी म्हातारीच्या

पुढे केला. म्हातारी आता खूपच घाबरली.

"आई, हात मिळव साहेबांच्या हातात." शामनाथ म्हणाले.

परंतु ती हात कसा मिळवणार? तिच्या एका हातात माळ होती. त्या गोंधळात तिनं आपला डावा हात पुढे केला. शामनाथ मनातल्या मनात चडफडले. तिथं उभ्या असलेल्या देशी ऑफिसरांच्या बायका खळाळून हसल्या.

"असं नाही आई. तुला माहिती आहे ना. उजव्या हातात आपला उजवा हात मिळवायचा असतो.

परंतु हे सगळं होत असतांना मोठे साहेब म्हातारीचा डावा हात आपल्या हातात प्रेमानं घोळवत म्हणाले, "हाऊ डू. यू. डू?"

"म्हण आई. मी ठीक आहे. आनंदात आहे."

म्हातारी पुन्हा गडबडली हळूच शरमून म्हणाली.. "हौ..डु...डू." यावर आणखी एकदा सगळे खळखळून हसले.

वातावरण आता निवळत चाललं होतं. मोठे साहेब खूश होते, लोक हसत खिदळत होते, शामनाथांच्या मनातील राग कमी झाला होता. साहेब आपल्या हातात म्हातारीचा हात प्रेमानं कुरवाळत होते. म्हातारी अधिकाधिक संकोचत उभी होती. साहेबांच्या मुखातून दारूचा उग्र दर्प येत होता.

शामनाथ इंग्रजीत म्हणाले, "माझी आई खेडेगावात राहिलेली आहे. तिचे सगळं आयुष्यच गावाकडे गेलं. तिला शहरी मॅनर्स-एटिकेट्स-माहीत नाहीत साहेब, म्हणून ती जरा जास्तच संकोचते साहेब."

साहेब यावरही खूश झालेले दिसले. म्हणाले, "खरंच, मला गावाकडची माणसं खूप आवडतात. तर मग तुमच्या आईला गावाकडची लोकगीतं, नाच, गाणीसुद्धा माहिती असतील." साहेब म्हातारीकडे एकटक बघून तिचा अंदाज घेत होते.

"आई, साहेब म्हणतात की तुला गावाकडची गाणी येत असतील. एखादं गाणं ऐकव ना साहेबांना. एखादं जुनं गाणं. तुला तर किती लोकगीतं, गाणी पाठ असतील."

"मी काय गाणं म्हणू बेटा. मी कधी गाणं गायली आहे काय? मी आपली अडाणी बाई. तिला ना शाळेत जाता आलं, की शिकता आलं."

"वा आई. असं कसं? ऐकून तरी पाठ होतात ना गाणी? सणावाराला म्हणतात ना गावातल्या बायका गाणी. जात्यावरची गाणी, पुत्रजन्माचे पाळणे, लग्नातली गाणी म्हणतात गावातल्या बायका गाणी.

"आई, साहेब आपले पाहुणे आहेत. पाहुण्यांची इच्छा कधी टाळतात काय. साहेबांनी एवढ्या प्रेमानं विनंती केली, तर म्हण एखादं गाणं. नाही तर साहेब नाराज होतील आई.''

"मी काय गाऊ बेटा. मला काय येतंय?''

"वाऽवाऽ असं कसं. काही छोटं मोठं चार ओळींचं गाणं म्हणून दाखव. 'दो पत्तर अनारा दे... सारखं. पंजाबी गाणं.''

देशी अधिकारी व त्यांच्या बायकांनी याला दुजोरा दिला आणि टाळ्या वाजवल्या. म्हातारी दीनवाण्या चेहऱ्यानं कधी मुलाच्या, तर कधी सुनेच्या चेहऱ्याकडं बघत होती.

एवढ्यात शामनाथांनी, गंभीर परंतु हुकूम भरल्या आवाजात दम दिला...''आई.''

यानंतर होय किंवा नाही म्हणण्याचा प्रश्नच उरला नाही. म्हातारी खाली बसली आणि क्षीण, अशक्त, लाजऱ्या आवाजात एक प्राचीन विवाहगीत गाऊ लागली.

"हरिया नी माये हरिया नी भैणे,
हरिया ते भागी भरिया है.''

गाण्यावर देशी अधिकारी स्त्रिया खळखळून हसल्या. तीन ओळी म्हटल्यावर म्हातारीसुद्धा चूप बसली. संपूर्ण व्हरांडा टाळ्यांच्या गजरानं दुमदुमला. साहेबांचं टाळी वाजवणं बंदच होत नव्हतं.

शामनाथांचा राग कुठल्या कुठं पळून गेला होता. त्याऐवजी त्यांच्या मुखावर प्रसन्नता आली होती. छाती गर्वानं फुलून आली होती. म्हातारीनं खऱ्या अर्थाने पार्टीत रंग भरला होता.

टाळ्या थांबल्यावर साहेब म्हणाले, ''पंजाबच्या खेडेगावात कलाकुसरीच्या कोणत्या गोष्टी बनतात?''

शामनाथ जाम आनंदात होते. म्हणाले, ''वाऽ वाऽ अनेक गोष्टी आहेत. मी आपल्याला अशा वस्तूंचा एक संच भेट देईन साहेब. आपल्याला त्या वस्तू खूप आवडतील.''

परंतु साहेबांनी स्पष्ट नकारार्थी मान हलवत इंग्रजीत पुन्हा म्हटलं, ''नाही, मला दुकानातील वस्तू नको आहेत, पंजाबी लोकांच्या घरात काय बनतं? स्त्रिया काय बनवतात? त्यांनी आपल्या हातानं बनवलेलं ते पाहिजे आहे.''

शामनाथ जरा विचार करून म्हणाले, ''मुली बाहुल्या बनवतात, स्त्रिया

फुलकारी बनवतात.''

''फुलकारी म्हणजे काय?'' साहेब कुतूहल दर्शवीत म्हणाले.

फुलकारी म्हणजे नेमकं काय? हे शामनाथांना नेमकं सांगता येईना. ते म्हातारीला म्हणाले, ''आई, आपल्या घरात एखादी जुनी फुलकारी असेल ना, ती आण बघू.''

म्हातारीनं घरातून जुनी फुलकारी आणली. साहेब फुलकारीकडे आश्चर्यानं बघत होते. जुनी जीर्ण झालेली फुलकारी होती ती, तिचे धागे बाहेर आले होते. कापड फाटायला आले होते, साहेबांना फुलकारी बघून झालेला आनंद त्यांच्या मुखावर दिसत होता.

शामनाथ म्हणाले, ''ही जुनी फुलकारी आहे साहेब, ही जीर्ण झाली आहे, मी तुम्हाला नवी आणून देईन किंवा माझी आई नवी बनवून देईन. देशील ना आई? साहेबांना फुलकारी खूप आवडली. अशीच एक फुलकारी बनवून दे साहेबांना.''

म्हातारी चूप बसली. थोड्या वेळानं भीत भीत म्हणाली, ''आता माझी नजर खूपच कमी झाली बेटा. या खोबणी झाल्या डोळ्यांनी बरोबर दिसत नाही.''

परंतु तिचे वाक्य मधेच तोडत शामनाथ साहेबांकडे बघून म्हणाले, ''ती जरूर आपल्याला नवी फुलकारी बनवून देईल साहेब. आपण खूश व्हाल ती पाहून.''

साहेब जाम खूश झाले. त्यांनी म्हातारीला धन्यवाद दिले आणि ते जेवणाच्या टेबलाकडे वळले. बाकी पाहुणे मंडळी त्यांच्या मागोमाग गेली.

सगळे पाहुणे गेल्याचं पाहून म्हातारी चूपचाप आपल्या खोलीकडे निघून गेली. परंतु खोलीत गेल्या गेल्याच तिच्या आसवांचा बांध फुटला. दुपट्यानं पुनः पुन्हा पुसूनही आसू थांबायचं नाव घेत नव्हतं. जणू काही वर्षभराचे आसू बांध घालून अडवले होते व आता त्यांना वाट मिळाली होती. तिनं आपल्या मनाला समजावलं. भगवंताला हात जोडले. आपल्या मुलाच्या प्रगतीची कामना केली. अनेकदा डोळे बंद करून पाहिले, मात्र आसू थांबता थांबत नव्हते.

अर्धी रात्र झाली असेल. सगळे पाहुणे जेवण आटोपून एकेक करून निघून गेले होते. म्हातारी आपल्या खोलीत भिंतीला टेकून डोळे फाडून भिंतीकडे बघत होती. घरातल्या वातावरणातील तणाव आता निवळला होता. गल्लीतली शांतता आता शामनाथांच्या घरातही येऊन थांबली होती. केवळ स्वयंपाकघरातल्या

भांड्यांचा खळखळ आवाज तेवढा येत होता. त्याचवेळी म्हातारीच्या खोलीचा दरवाजा जोरजोरात वाजला.

"आई, दरवाजा उघड."

म्हातारीच्या काळजाची धडधड जणू थांबायला आली. ती गडबडून उठली. काय आपल्याकडून आणखी एखादी चूक झाली? अशी तिलाच चिंता वाटू लागली. आधीच ती स्वत:ला झोप लागल्याबद्दल दोष देत होती, त्यातल्या त्यात आपल्या घोरण्याच्या सवयीचा तिचा तिलाच राग येत होता, आपल्या मुलानं आपल्या या अपराधाबद्दल अजून क्षमा केली नाही काय! अशी ती चिंता होती. तिनं थरथरत्या हातानं दरवाजा उघडला.

दरवाजा उघडताच शामनाथ आनंदित होऊन म्हातारीला मिठी मारून म्हणाले, "आई, आज तर तू कमालच केलीस. पार्टीत रंग भरला तो तूच. साहेब त्यामुळे इतके खूश झाले, की तुला कसं सांगू. आई!"

शामनाथांनी म्हातारीला कडकडून मिठी मारली. म्हातारीचा लहानखुरा देह मुलाच्या धिप्पाड शरीरात सामावून गेला. म्हातारीच्या डोळ्यांत पुन्हा आसू आले. ते पुसत ती म्हणाली, "बेटा, मला आता खरोखरच हरिद्द्वारला पाठव. किती दिवसांपासून मी तुला सांगतेय."

शामनाथ आपल्या तंद्रीतून बाहेर आले. परंतु त्याच क्षणी त्यांची काळजी आणखी वाढली, मनावर ताण आला. त्यामुळे त्यांची मिठी सैल झाली. जरा बाजूला होत ते म्हातारीला म्हणाले, "काय आई, हा कोणता राग आळवतेस तू पुन्हा या भलत्यावेळी."

शामनाथांचा राग अनावर होऊ लागला. ते म्हणाले, "तू मला बदनाम करायला निघालीस काय आई. लोक मला म्हणतील की शामनाथ आपल्या आईला पोसू शकत नाही आणि जवळही ठेवू शकत नाही."

"नाही बेटा. आता तू आपल्या पत्नीसोबत तुम्हाला आवडेल त्या पद्धतीनं राहा. मी माझा खाण्यापिण्याचा हिस्सा जो होता त्याचा पुरेपूर उपभोग घेतला. आता राहून काय करू? जे काही आयुष्याचे चार क्षण राहिलेत ते देवाच्या पायाशी घालवीन म्हणते. तू मला हरिद्वारला पोहोचव बाबा."

"तू निघून जाशील, तर ती फुलकारी कोण बनवील आई? साहेबांना फुलकारी देण्याचं मी तुझ्यासमोरच तर कबूल केलं ना?"

"माझे डोळे आता काम करीत नाहीत बेटा. फुलकारी बनवायला चांगली नजर लागते. तू दुसऱ्या ठिकाणी बनवून घे फुलकारी. नाहीतर बाजारातली नवी

विकत घेऊन दे.''

"आई, तू मला धोका देऊन निघून जातेस. माझे होणारे काम बिघडवून टाकतेस. तुला माहिती नाही, साहेब खूश झाला तर माझे प्रमोशनसुद्धा होऊ शकते.''

म्हातारी अंमळ चूप झाली. नंतर शामनाथच्या तोंडाकडे बघत म्हणाली, "काय, तुझं प्रमोशन होईल? हा साहेब तुला बढती देईल? असं काही तो म्हणाला काय त्या दिवशी?''

"म्हणाले तर नाही, परंतु तू बघितलेस ना, किती खूश होते मोठे साहेब. म्हणत होते, की तुझी आई फुलकारी तयार करील त्यावेळी मी बघायला येईन. कशी बनवतात फुलकारी, ते मला प्रत्यक्ष बघायचं आहे. जर साहेब खूश झाले तर माझी नोकरीत बढती झालीच समज. मी मग मोठा साहेब होऊ शकतो आई.''

म्हातारीच्या चेहऱ्याचा रंग आता बदलू लागला होता. तिच्या सरकुतलेल्या मुखावर आनंदाची आभा पसरली, डोळ्यांत एक वेगळीच चमक आली, ती शामनाथांना म्हणाली, "तर तुझी नोकरीत प्रगती होणार बेटा, तू मोठा साहेब होशील.''

"तेच तर म्हणतोय ना आई. पण प्रगती अशी थोडीच होते. त्यासाठीच तर साहेबाला खूश ठेवावं लागतं ना. बाकी इतर लोक साहेबांसाठी पुढे पुढे करणारे आणि त्यांची सेवा करणारे काय कमी आहेत?''

"तर मग मी तयार करीन फुलकारी बेटा, नक्कीच तयार करीन, जशी जमेल तशी. कितीही कष्ट पडले तरी फुलकारी तयार करीनच.''

म्हातारी आई आपल्या मुलाच्या उज्ज्वल भविष्याची कामना करू लागली. आणि मिस्टर शामनाथ "आता झोप आई.'' म्हणत, लटपटत्या पावलांनी चालत आपल्या खोलीकडे गेले.

◆ ◆ ◆

मुंबई-अमृतसर मेल आपल्या नेहमीच्या जलदगतीनं पुढे जात होती. रतलाम, नागदा मागे पडलं होतं. भवानी मंडी रेल्वे स्टेशनच्या प्लॅटफॉर्मवर संत्री भरलेल्या टोपल्या घेऊन विक्रेते ओरडत होते. इथं संत्री भरपूर पिकतात. नागपूर नंतर संत्रीउत्पादनात याच भागाचा क्रमांक लागतो.

भारतातलं भवानी मंडी हे संत्री पिकासाठी प्रसिद्ध ठिकाण असल्याचं सांगतात. माझ्या समोरच्या बर्थवर बसलेल्या स्त्रीनं तिच्या मुलांसाठी संत्री घेतली. माझ्यासमोर एक धरून म्हणाली, ''घ्या, खाऊन बघा, इथली संत्री चवीला गोड आहेत. गोड आणि रसदार.''

मी काही बोलण्याआधीच तिनं माझ्या हातावर एक संत्रं ठेवलंच. खरं म्हणजे मी तिला टाळू शकलो नाही. तिच्या बोलण्या-वागण्यात सहजतेचे भाव होते, नजर निर्मळ होती. मी संत्रं खाल्लं आणि माझा अभिप्रायसुद्धा दिला.

९. नातं मातीशी

मी म्हणालो, ''खरोखर, संत्रं गोड आणि रसदार आहे आणि मोठंसुद्धा! जणू काही आताच झाडावरून तोडून आणली इतकी ताजी!''

तिच्या म्हणण्याला मी उत्स्फूर्त दुजोरा दिला होता. तिला त्याचं समाधान वाटलं असावं. गाडी आपल्या गतीनं धावत होती. कोटा, सवाई माधोपूर मागे पडलं होतं. तेवढ्यात मला एक डुलकी लागली. अर्धवट झोपेतून जाग आली तेव्हा गाडी मथुरा स्टेशनच्या प्लॅटफॉर्मवर उभी होती. पेढेवाले जोरजोरात आवाज देत होते.

मी खाली उतरून पेढे घेतले. डब्यात परत येऊन त्या महिलेच्या मुलांना दिले, जास्तच आग्रह केल्यावर मोठ्या मुश्किलीनं तिनं एक पेढा घेतला आणि म्हणाली, ''तुम्ही कधी घरी

पेढे तयार करून खाल्ले काय?''

''या जमान्यात, त्यातल्या त्यात दिल्लीसारख्या मोठ्या शहरात दूध कुठं मिळतं चांगलं? गायी-म्हशी पाळण्याचा तर प्रश्नच नाही.'' मी म्हणालो.

''खरंच, बरोबर आहे तुमचं म्हणं. पेढे बनवण्यासाठी दूध चांगलं पाहिजे.'' असं म्हणत ती एक गुजराथी मासिक काढून वाचू लागली. मुलं व्हिडीओ गेम खेळण्यात रमून गेली. खेळता खेळता एकमेकांशी भांडू लागली, छोटा तर फारच खोडकर होता. ती मध्ये पडून त्यांना समजावत होती. त्यांचं आपलं हसणं, खिदळणं सुरूच होतं.

मी बारकाईनं त्या स्त्रीकडे बघत होतो. कारण जेव्हा मी डब्यात चढलो, तेंव्हापासून ती मला ओळखीची वाटू लागली होती. परंतु ती नेमकी कोण? आठवत नव्हतं. तिच्या गालावर असलेला काळा तीळ मात्र मला सारखी कम्मोची आठवण करून देत होता.

कम्मो, जिचं खरं नाव करुणा असं होतं. गोरा रंग, पाणीदार डोळे, लांब नाक असलेली करुणा, अर्थात कम्मो, रूपवान होती. पस्तीस वर्षं झालीत गाव सोडून. कुणास ठाऊक आता कुठं असेल कम्मो!

खिडकीबाहेरच्या वृक्षांना ज्या वेगानं गाडी पुढे धावत मागे सारत होती त्याच वेगानं माझे विचारचक्र कितीतरी वर्षं मागे जात होतं. थेट मी दहा-अकरा वर्षं वयाचा असेन, त्या काळात ते जाऊन थांबलं. कम्मो साधारण त्याच वयाची असेल. गाव लहानच होतं आमचं, परंतु टुमदार आणि स्वच्छ. गावातल्या सत्यनारायणाच्या मंदिरातल्या पुजारी बाबांची एकुलती एक मुलगी होती कम्मो.

आम्ही गावातल्या प्राथमिक शाळेत शिकत होतो. कम्मो रोज मंदिरातला प्रसाद आणायची. कधी पेढे, कधी बर्फी, तर कधी केळी, पेरू असा तो प्रसाद असायचा. गावातील लोकांनी भक्तिभावानं भगवंताला चढवलेला प्रसाद एका थैलीत भरून ती आणायची. म्हणजे तिच्या दोन्ही हातांत थैल्या असायच्या. एक शाळेच्या पुस्तकांची आणि एक प्रसादाची.

शाळेतली मुलं तिच्या मागे मागे या प्रसादाच्या आशेनं फिरायची. मधली सुट्टी झाली की ती मुलांना प्रसाद वाटायची व मला जरा जास्तच द्यायची. याला कारण म्हणजे मी तिला गणितं सोडवायला मदत करायचो. आमची घरं जवळ-जवळ होती. कधीकधी तर मी तिची प्रसादाची भारी थैली शाळेत आणायला मदत करायचो.

माझे आजोबा त्यावेळी गावाचे सरपंच होते. खूप मोठा वाडा, गोदाम

आणि बगीचा होता. त्या बगिच्यात आजोबांनी एक शिवमंदिर उभारले होते. शिवरात्रीला तिथं मोठी जत्रा भरायची. मी रोज आजोबांसोबत मंदिरात जाऊन भगवान शंकराला बेलपत्र अर्पण करायचो व अभिषेक करायचो.

शंकरजीच्या गळ्यातला साप आणि समोर बसलेला नंदी, तर फारच सुरेख होते. मी आजोबांना म्हणायचो, ''या सापाची भीती नाही का वाटत या शंकरजीला?'' यावर आजोबा म्हणाले होते, ''बेटा, शंकरजी सापाचं विष पिऊन टाकतात. त्यांनी समुद्रमंथनात निघालेलं विष पिऊन टाकलं नसतं, तर आतापर्यंत या पृथ्वीवर पापच पाप वाढले असतं. म्हणून तर शंकरजींना 'नीलकंठ' म्हणतात.'' आजोबा फारसे शिकलेले नव्हते; परंतु कथाभागवत ऐकून त्यातल्या गोष्टी ते मला सांगायचे.

मी कम्मोच्या त्या मंदिरात सत्यानारायणाची पूजा करायचो, तेव्हा कम्मो मला तुळशीचं चरणामृत द्यायची, माझ्या कपाळावर गंधाचा टिळा लावायची आणि मग मी मंदिराला प्रदक्षिणा घालायचो. संध्याकाळच्या आरतीलासुद्धा मी कधीकधी हजेरी लावायचो.

आरतीला बहुधा गल्लीतले सारेच स्त्री पुरुष गोळा व्हायचे. कम्मोची आजी माझ्या हातात पितळेची छोटी घंटी द्यायची आणि ती वाजवीत मी ''जय जगदीश हरे...' ही आरती मोठ्या आवाजात म्हणायचो. सगळे जण कसे तल्लीन होऊन आरती म्हणायचे व शिवजीच्या पायावर मस्तक टेकवायचे.

दिवाळीच्या दिवसात तेच पुजारी आमच्या घरी लक्ष्मीपूजनाला यायचे आजोबा त्यांना भरपूर दक्षिणा द्यायचे. दसरा दिवाळीत मोठी मजा असायची. लोक आजोबांना भेटायला यायचे. राम राम घालायचे. आजोबा नोकरांनासुद्धा नवे कपडे द्यायचे व त्यांना फेटा बांधायचे. गावभर दिव्यांच्या पणत्यांच्या ओळी असत, फटाक्यांची आतषबाजी तर खूपच असायची.

एक दिवस कम्मो आणि मी फटाके फोडत होतो. आम्ही एक छोट्या फटाक्यांची लड गायीच्या शेपटाला बांधून पेटवून दिली. मग काय पुसता, गाय खुंट्याचे दावे तोडून जिवाच्या आकांतानं सैरावैरा पळायला लागली, तिनं सर्वत्र धुमाकूळ घातला, अंगणातले सगळे दिवे तुडवले, सगळीकडे हलकल्लोळ माजला. पुजारी बाबांनी कम्मोला दोन थापडा मारल्या. मी भीतीनं माझ्या घरात पळून आलो. मात्र रात्रभर माझ्या डोळ्यांला डोळा लागला नाही. माझ्या उनाडपणाची शिक्षा कम्मोला मिळाली होती. ती सारखी रडत असेल, तीही रात्रभर झोपली नसेल.

रात्री उशिरा मला झोप लागली. दुसऱ्या दिवशी मी कम्मोच्या घरी मिठाई घेऊन गेलो, तर ती बोललीसुद्धा नाही. तोंड फिरवून मंदिराच्या मागे सहाणेवर चंदन उगाळायला राग रागात निघून गेली.

'अन्नकूट'च्या दिवशी मी मंदिरात गेलो, कम्मोनं काहीच खाल्लं नव्हतं. छप्पन्न पदार्थ आणि बत्तीस भाज्यांचा नैवेद्य केला होता. त्यातलं तिनं काहीच खाल्लं नाही. तिची आई म्हणाली, "बेटा, कम्मो तुझीच वाट बघत बसली होती. आम्ही सोबतच सर्वांच्या पत्रावळी मांडल्या होत्या. ती सतत सांगत होती की, 'आई, गोपालसाठी दहीवडे काढून ठेव. काकडीची भाजी काढून ठेव.'"

अन्नकूटचा दिवस मला खूप चांगला वाटायचा. सर्वत्र गोडधोड पक्वान्नांचा सुवास घमघमत असायचा, केशराचा सुगंध वातावरणात भरून असायचा. मी सर्वांत लहान होतो म्हणून माझी आजी नेहमी मला दुधात केशर टाकून त्या दुधापासून बनवलेली खीर द्यायची. असली केशरचा सुगंध मला बरोबर ओळखता येत असे.

होळीच्या दिवशी पिचकारी घेऊन मी कम्मोच्या घरी जायचो. ती जाम घाबरायची, घरात एका कोपऱ्यात जाऊन लपून बसायची. मी संध्याकाळी ज्यावेळी ती तिच्या आजीसोबत मंदिरात कापसाच्या वाती वळायची, तेव्हा गुपचुप जाऊन थोडा गुलाल तिच्या अंगावर टाकून पळ काढायचो.

काय मजेदार होळी असायची गावात! मोठमोठ्या कढयातून रंग तयार केला जायचा. होळीची, फाल्गुनची गाणी म्हणायचे लोक. मला त्यावेळी त्या गाण्यातलं फारसे कळत नव्हतं. आता समजतं, की ते ऋतूंचं गाणं होतं. निसर्गाच्या विलोभनीय सौंदर्याचं आणि परिवर्तनाचं गाणं होतं.

गाव खूपच चांगलं होतं. सगळीकडे हिरवळ होती. जांभूळ, खिरणीची झाडं होती, पिवळ्या खिरण्या गोड आणि चवदार लागायच्या. लोक या खिरण्या सुकवून आपल्या नातेवाईकांकडे दूरदूरच्या गावी पाठवायचे, करवंदाच्या जाळ्या तर कित्येक होत्या, दाट जाळीत कधीकधी चित्ता वसती करून राहायचा. एकदा तर तो गावात आला होता. बाहेर झोपलेल्या एका मुलाला चित्ता उचलून घेऊन गेला, तेव्हापासून लोक अधिक सतर्क राहू लागले.

अचानक एक दिवस बातमी आली, की चंबळ नदीवर गांधीसागर धरण बांधणार आहेत. त्यामुळे आसपासची गावं पाण्याखाली येतील. लोकांना तिथून हलवून अन्यत्र विस्थापित केलं जाईल. त्यांना त्याचा मोबदला देण्यात येईल, असेही सरकारातून सांगण्यात आले. ही वाईट बातमी जंगलातल्या वणव्यासारखी

सगळीकडे पोहोचली. लोकांना धक्काच बसला. गावात स्मशानशांतता पसरली. पंचायतीची तातडीनं मीटिंग भरली.

मी लहान होतो, परंतु मला पक्क आठवतं, की त्या रात्री आजी खूप रडली होती, आईबाबा दुसऱ्या खोलीत महत्त्वाची कागदपत्रं बघत बसली होती. अधूनमधून ते एखादाच शब्द बोलत होते. त्या दिवशी कुणाकडेच चूल पेटली नाही, मुलांना दूध गरम करून देण्यात आलं होतं. घराघरांतील स्त्रिया बाहेर येऊन आपसात गोष्टी करीत होत्या. सर्वांच्या डोळ्यांत अश्रू होते.

आजोबा तर मौन धारण करून बसले होते. हिरामण पोपट आपले पंख जोरजोरात फडफडवून भूक लागल्याचं सांगत होता. आईनं त्याला एक भाकरीचा शिळा तुकडा आणि एक हिरवी मिर्ची दिली आणि एक दीर्घ निःश्वास टाकून मनाशीच म्हणाली, "हिरामण, आता तुला कसं घेऊन जायचं रे बाबा?" आई दुःखी मनानं कपाळावर हात देऊन थिजल्यासारखी जागीच बसली होती. ज्यावेळी सामानाची बाधाबांध केली गेली, त्यावेळी हिरामणचा पिंजरा मी माझ्या हातात घेऊन ठेवला होता.

पहाटेलाच आजोबा शिवमंदिरात गेले होते. मलाही लवकर जाग आली होती म्हणून मीही त्यांच्या मागोमाग मंदिरात गेलो. आज मी आजोबांना लहान मुलांसारखं रडताना पाहिलं होतं. शिव-शंकरजींच्या समोर बसून ते ओक्साबोक्सी रडले होते. मी आजोबांना समजावीत होतो. घरी चलण्यासाठी आग्रह करत होतो.

आमच्या बगीच्याची देखभाल करण्यासाठी रमजानी काकांना नेमलं होतं. त्यांच्या राहण्याची सोय बगीच्यातच एका कोपऱ्यात दोन खोल्या बांधून करून देण्यात आली होती. रमजानी काकासोबत त्यांची पत्नी-दोन मुली व एक मुलगा सलीम असं कुटुंब होतं. सलीम माझ्यासोबतच शिकत होता. कुटुंबाशी आमचे घरोब्याचे संबंध होते. आजोबा त्यांच्याशी खूप गोष्टी करीत.

आज आजोबा काही न बोलता निघाले होते. तेवढ्यात त्या काकूंनी आवाज दिला, "सावकारजी, असं चुपचाप नका जाऊ. या, सुपारी तर घ्या."

काकूंनी लाकडी खाट टाकली. एक प्रांजळ मनाचं ते कुटुंब होतं. त्यांच्याकडे चार बकऱ्या व सहा-सात कोंबड्या होत्या, थोडी भांडीकुंडी आणि एक दळणाची छोटी चक्की होती.

आजोबा खाटेवर बसता बसता म्हणाले, "काकूजी, आमचं सगळं लुटलं गेलो, बरबाद झालो, आता गाव खाली करावं लागणार."

यावर काकू म्हणाली, ''अरे हां, रमजानी सांगत होते असं काहीतरी. परंतु असं कसं होईल? आमचं तर सगळं खानदान इथंच पुरलेलं आहे. ते सोडून कसं जाईल मी, माझ्या मुलाची-अकबरची-कबर इथंच आहे. त्यावर अगरबत्ती कोण लावील? मी नाही गाव सोडून जाणार. पाण्यात बुडायचं झालं तरी बेहेत्तर. मी बुडून जाईन, पण इथून हलणार नाही.'' असं म्हणत काकूने डोळ्यांना पदर लावला.

आजोबा म्हणाले, ''हो ना, मीसुद्धा अपार कष्ट घेऊन, काडी काडी जमवून एवढं सगळं उभारलं आणि हे जागच्या जागी सोडून जाताना हृदय पिळवटून निघतं बघा. माझं शिवमंदिर बाधून जेमतेम दोन वर्षं झाली असतील, शिव शंभूची मूर्ती अजूनही चमकदार आहे. जणू काही आताच प्रतिष्ठापना केली आहे.''

''होय सावकारजी.'' रमजानी काका आतापर्यंत एका बाजूला बसून जमीन उकरण्याचा चाळा करीत चूप बसलेले होते ते बोलले. आजोबांनी काकूंच्या हातून सुपारीचं खांड घेतलं आणि खाटेवर ठेवलेली पिवळी पगडी डोक्यावर ठेवून काठी टेकत ते निघाले. खरोखर ज्या दिवशी सगळा गाव खाली झाला त्या दिवशी काकू आपल्या अकबरच्या कबरीला आलिंगन देऊन तिथंच मेलेली आढळली होती, तिलासुद्धा अकबरच्या कबरीशेजारीच पुरलं होतं.

माझ्या आजोबांचे मोठे भाऊ दिल्लीत राहायला गेले होते. आजोबांनी तिथंच अशोक विहारमध्ये एक घर विकत घेतलं. ज्यावेळी आम्ही घर सोडून निघालो त्यावेळी आजीनं तुळशीच्या झाडाखालची थोडीशी माती खोदून एका कापडात बांधून घेतली होती.

''आजी, तू कापडात काय बांधतेस,'' म्हणून मी विचारलं, तर म्हणाली होती, ''बेटा, आपल्या गावाची माती आहे. जेव्हा मी लग्न होऊन या घरात आले होते तेव्हापासून या मातीचा सुगंध मनात साठवत आले आहे. हाच सुगंध आता मी दिल्लीला घेऊन जाईन.''

खरोखर आजीनं ती कापडात बांधलेली माती तिच्या लोखंडी पेटीच्या तळाशी ठेवली होती आणि ज्या ज्या वेळी दीपावलीत लक्ष्मीपूजन व्हायचे त्यावेळी ती ही मातीची पुरचुंडी पूजेत ठेवत असे, आम्ही त्या मातीला धूप दाखवत असू, तिची आरती करीत असू. आजीनं मला हे स्वतःच सांगितलं होतं.

आजी आईला म्हणाली होती की, ''मी ज्यावेळी मरेन त्यावेळी ही मातीची पुरचंडी माझ्या तिरडीवर ठेव.'' आणि खरोखरच आईनं ती मातीची

पुरचंडी आजीच्या तिरडीवर ठेवली होती.

हे सगळं पाहात, ऐकत मी मोठा होत गेलो. आजोबा तर दिल्लीला असताना सदान्कदा गावाच्याच गोष्टी करीत असत. आता हिरामण पोपट आपल्या पिंजऱ्यात बसून आमच्या आयुष्याचे हे बदलते रंग पाहत म्हातारा होत चालला होता.

अचानक एका झटक्यात गाडी स्टेशनवर थांबली. माझ्यासमोरच्या आसनावर बसलेली ती स्त्री वरच्या बर्थवर ठेवलेली पेटी काढण्यासाठी उभी राहिली. तिनं दोन्ही हात पेटी काढण्यासाठी वर केले, तेव्हा मला तिच्या हाताच्या कोपरावर एक लांब असा जखमेचा व्रण दिसला. मला त्याचक्षणी आठवलं की कम्मोच्या हातावरसुद्धा असाच व्रण होता.

जांभळं तोडताना तुटलेली एक फांदी घुसून झालेल्या जखमेनं तो व्रण कायमचा पडला होता. खूप रक्त वाहून गेलं होतं. दहा टाके तरी पडले असतील. माझ्या मनात वारंवार येत होतं, की ही स्त्री कम्मो तर नसेल! मी मोठ्या हिमतीनं तिला विचारले, ‘‘तुम्ही बालपणी कुठं होतात?’’

ती म्हणाली, ‘‘मध्य प्रदेशात, चंबळच्या काठी एक छोटेसं गाव होतं, मातेसरा.’’

माझा अंदाज खरा ठरला होता. ‘‘करुणा नाव आहे ना तुमचं?’’

‘‘तू गोपाल तर नाहीस?’’ ती आश्चर्यानं म्हणाली.

‘‘होय, मी गोपाल.’’ पुढील शब्द माझ्या कंठात अडकले होते. तिच्याही डोळ्यात आसू तरळले होते. किती वर्षं झाली आम्ही एकमेकांना भेटलो नव्हतो.

काही वेळानं मी म्हणालो, ‘‘कम्मो, कुठं गेले होते तुम्ही सारेजण?’’

ती एक दीर्घ श्वास घेत सांगू लागली. ‘‘गोपाल, माझे मामाजी सुरतला राहायचे. आम्ही सगळे तिथंच गेलो होतो राहायला. तिथंच एका मंदिरात माझ्या बाबांना पूजा करण्याचं काम मिळालं होतं. मलाही मघापासून असं वाटत होतं, की या माणसाला कुठंतरी पाहिलेलं आहे म्हणून. पण गोपाल, तुझ्या केसात जन्मापासून ती एक पांढरी बट होती ती कुठं गायब झाली?’’

मी म्हणालो, ‘‘केसांच्या खिचडीत कुठं हरवली कळलंच नाही. आम्ही लोक दिल्लीला आलो. आजोबांनी तिथंही अडत सुरू केली. मी शिकत होतोच. डॉक्टर झालो. सफदरगंजमध्ये एक हॉस्पिटल आहे तिथं मी हृदयाचा डॉक्टर म्हणून प्रसिद्ध आहे.’’ अशा अनेक आठवणी आम्ही काढत गेलो, जुन्या आठवणींना उजाळा मिळाला. काही आठवत नव्हतं ते मेंदूला जोर देऊन

आठवण्याचा प्रयत्न झाला.

कम्मो म्हणाली, ‘‘रमजानी काका कुठं भेटले?’’

‘‘होय, सलीम मला १९७१च्या भारत-पाकिस्तान युद्धाच्या वेळी भेटला होता. तो सेकंड लेफ्टनंट म्हणून सैन्यात नोकरीला होता. रमजानी काका भोपाळला होते. सकिना व शकिलांचे लग्न होऊन त्या सासरी गेल्या आहेत.’’

‘‘गोपाल, पण इतक्या दिवसांनी तू सलीमला कसं काय ओळखलंस?’’

‘‘तो युद्धात गोळी लागून जखमी झाला होता. माझी ड्युटी तेव्हा फ्रंटवर लागली होती, मी नवीनच डॉक्टर म्हणून कामाला लागलो होतो. तुला आठवतं कम्मो, सलीम प्रत्येक गोष्टीवर ‘खुदा कसम, लाव शर्यत.’ म्हणायचा. शिवाय त्याच्या उजव्या हातात काकूनी बांधलेला हिरवा तावीज. मी त्याला विचारलंच की ‘तू सलीम आहेस ना.’ तेच बरोबर निघालं.

‘‘आम्ही दोघं दोन महिने सोबत राहिलो. आता दोन महिन्यांआधी दिल्लीला आला होता, खूप मोठा सुकामेवा घेऊन आला होता. रमजानी काका म्हातारे झाले. सलीम सगळ्यांची आठवण करीत होता.’’

‘‘माझी आठवण करीत होता काय रे सलीम?’’

‘‘वाऽवाऽ तुला कसा काय विसरू शकतो तो कम्मो? मुगाचे लाडू त्याला खूप आवडायचे. मी माझ्या हिश्शाचेसुद्धा त्यालाच द्यायचो. तू मला आणि त्यालाच तर जास्त प्रसाद देत होतीस. एक दिवस शाळेतून येताना एक कुत्रा तुझ्या मागे लागला होता, तेव्हा सलीमनेच तर तुला त्याच्या तावडीतून सोडवलं होतं.’’

‘‘होय गोपाल, माझा फ्रॉकसुद्धा फाटला होता आणि तेव्हापासून मला काळा कुत्रा पाहिला की फार भीती वाटते.’’

करुणा ऊर्फ कम्मो, बोलता बोलता थांबली. तिचा श्वास भरून आला होता. मीच म्हणालो,

‘‘तुझी आठवण काढत होता सलीम. परंतु मला तरी तुझा पत्ता कुठं माहिती होता? हां, तुझी आजी माझी आठवण काढते का गं?’’

‘‘होय गोपाल, आजी तर तुझी किती वर्ष आठवण काढीत होती. म्हणायची, ‘गोपाल सुंदर आरती म्हणायचा.’ आजी गावाला कशी विसरेल. गावच्या कृष्णमंदिरातील मूर्तीचे दागिने तिथंच मंदिराच्या मागे जमिनीत पुरून आली होती इथं. ही गोष्ट बाबांना दोन वर्षांनंतर तेव्हा कळली, जेव्हा त्यांना इथल्या मंदिरातल्या मूर्तीला शृंगार करायचा होता, कारण की ते मंदिर आता

बाबांच्या संपूर्ण ताब्यात देण्यात आले होते. आम्हाला राहायला चांगले घर याच मंदिराच्या आवारात बांधून दिले होते. आजीला बस एकच चिंता होती ती म्हणजे कृष्णदेवाचे दागिने आता कसे आणायचे. गाव तर धरणाच्या पाण्यात बुडून गेले होते. शेवटी त्या दागिन्यांचा पिच्छा सोडला होता.''

''करुणा, जेव्हा तुझं लग्न झालं तेव्हा आली का गं माझी आठवण?''

यावर कम्मो ऊर्फ करुणा म्हणाली, ''होय तर. खूप आठवण येत होती.''

या गोष्टीवरून मला आठवलं, जेव्हा शेजारी मावशीकडे तिच्या मुलीचं लग्न होतं. जेव्हा नवरा मुलगा मांडवात आला, तेव्हा मी मनातल्या मनात म्हणालो होतो, की मीसुद्धा एक दिवस कम्मोच्या अंगणात असाच मांडवाखाली येऊन कम्मोला पत्नी म्हणून आपल्या घरी घेऊन जाईल.

त्यावेळी आजी आणि आई खूप हसल्या होत्या, कारण कम्मो पडली गुजराथी ब्राह्मण आणि आम्ही माहेश्वरी महाजन. त्यावेळी हे जातीपातीचं बंधन फार कठोरतेनं पाळत असत. जातीची गोष्ट आजीनंच मला सांगितली होती. एरवी मला माहिती असायचं काय कारण?

करुणा थांबून थांबून एकेक गोष्ट सांगत होती. म्हणाली, ''माझं लग्न सुरतच्याच एका चांगल्या कुटुंबात झालं. सासरेबुवांचा कापडाचा ठोक व्यापार होता. माझ्या पतीचं तिथंच महावीर मार्केटमध्ये कापडाचं दुकान आहे, पती खूपच चांगल्या स्वभावाचे आहेत, दोन मुली आहेत आम्हाला. ही दोन मुलं माझ्या मोठ्या मुलीची आहेत. त्यांना सोडायला मी दिल्लीला जात आहे.'' हे सांगताना ती अचानक रडायलाच लागली. म्हणाली ''गावाची खूप आठवण येते. माझ्या बाबांना सुरतचं वातावरण मानवत नाही. त्यांना तिथं करमत नाही. ते म्हणतात, 'कुठं गावातली ती शुद्ध हवा आणि त्या आमराया, कुठं ही सुरतची प्रचंड गर्दी आणि सतत धावत असलेले लोक.

''आई तर प्रत्येक सणाला गावाची आठवण काढते. तिकडचं सणावाराचं खाणंपिणं आणि सुरतचं सगळं वेगळंच वाटतं तिला. इथले खाखरे, खम्मण आणि तिथल्या लाडू-बाटीची व बाफल्यांची ती तुलना करते, हिरव्या कोथिंबिरीच्या चटणीची तिला आठवण येते. इथल्या खोबर चटणीत सगळे गोड घालतात याचं तिला नवल वाटतं. ती म्हणते, इथं आल्यावर कित्येक दिवस तर जेवणच गोड लागलं नाही. आजी तर बाबांना म्हणते, देवानं आमच्या तोंडातला घास जिवंतपणीच हिसकावून घेतला.''

“होय कम्मो, आमच्या घरीसुद्धा अशाच गावच्या गोष्टी निघत राहातात. आजी-आजोबा तर दहा वर्षंच राहिले; परंतु त्यानंतर आईबाबा पार थकून गेले. नवं शहर, नवीन लोक, नव्यानं व्यापार, याचं बस्तान बसवताना खूप अडचणी आल्या. आमचे काका मात्र खरोखरच चांगले होते. आपल्या मुलांपेक्षाही त्यांनी आम्हाला जास्त माया लावली. मी त्यांच्या प्रेरणेमुळेच आज डॉक्टर होऊ शकलो.”

दिल्ली जसजशी जवळ येऊ लागली तसे आम्ही पुन्हा जवळ आलो होतो. कम्मोला मी माझ्या घरी येण्याचं निमंत्रण दिलं. माझ्या पत्त्याचे कार्डही दिलं. कम्मो म्हणाली, “मी हार्ट पेशंट आहे आणि तू पडला हृदयाचा डॉक्टर. कधी आजारी पडलीच, तर तुझ्याकडेच येईन ऑपरेशन करायला.”

“असं म्हणू नकोस कम्मो.” मी म्हणालो.

गाडी थांबली. दिल्ली स्टेशन आलं होतं. कम्मोला तिचं सर्व सामान उतरविण्यास मी मदत केली. तिचे जावई तिला घ्यायला आले होते. त्यांच्याशी ओळख झाली. आम्ही दोघंही वयानं पन्नासच्या आसपास होतो. परंतु संबंधांना वयाची अट नसते. तोच गोडवा, तोच ताजेपणा, तोच गावाच्या मातीचा सुगंध सोबत होता. जड अंत:करणानं आम्ही निरोप घेतला.

दोन वर्षं झरझर निघून गेली. आज हॉस्पिटलमध्ये जेव्हा मी बाह्य रुग्ण विभागात रोग्यांना तपासत होतो, तेव्हा एक आकर्षक व्यक्तित्व असलेला पुरुष येऊन मला विचारू लागला, “तुम्ही डॉक्टर गोपाल आहात ना, मातेसरावाले?” मी ‘होय’ म्हणालो.

“मी करुणाचा पती, शरद भट्ट. करुणाच्या हृदयाचे दोन व्हॉल्व खराब झालेत. मुंबईच्या हॉस्पिटलमध्ये ऑपरेशन करू म्हणालो, परंतु तिनं तुमच्या हॉस्पिटलमध्ये येण्याचा हट्टच धरला. म्हणाली, ‘ऑपरेशन करायचं तर डॉ. गोपालकडेच.’”

“चला, बरं झालं. कधी ना कधी आपण आपल्या गावाकडच्या लोकांच्या कामी पडू.”

कम्मोला डिलक्स वॉर्डात भरती करण्यात आलं. तिथं तिला बरं वाटत होतं. म्हणत होती की, “इथं मरण आलं तरी मनाला शांती मिळेल.”

मी तिला म्हणालो, “अशी निराशेची गोष्ट मुखातून काढायचीच नाही. इथून बहुतेक सगळे रोगी तंदुरुस्त होऊन जातात.”

माझी पत्नी आणि मुलंही तिला भेटायला आली होती. तिलाही त्यांना

भेटून बरं वाटलं.

ऑपरेशनच्या दिवशी मी कम्मोसाठी लाल गुलाबांचा गुच्छ आणला होता. मला पक्की आठवण होती, की कम्मोला लाल गुलाब खूप आवडतात. बालपणी बगीच्याच्या माळ्याची नजर चुकवून ती गुलाबाची फुलं तोडून न्यायची. आज माझ्या हातून गुलाबाचा गुच्छ घेताना तिला रडू कोसळलं होते. मी ते पाहून बाहेर आलो होतो. तिचा पती माझ्या मागे येऊन मला समजावू लागला म्हणाला, ''डॉक्टर असूनही इतकं भावविवश होता तुम्ही. मला करुणानं सगळं काही सांगितलं आहे.''

मी त्यांच्या तोंडाकडे पाहू लागलो. रुमालानं डोळे पुसले. मला वाटू लागलं, की माझे हात कम्मोचं ऑपरेशन नाही करू शकणार. मी हे ऑपरेशन डॉक्टर बॅनर्जीकडून करवून घेईन.

कम्मोला उच्च रक्तदाब होता. तो सामान्य करता करता एक आठवडा गेला. ज्या दिवशी ऑपरेशन ठरलं होतं त्याच दिवशी सकाळापासून तिची नस मंदावली होती आणि ऑपरेशन थिएटरमध्ये जाण्याच्या आधीच तिला हृदयविकाराचा तीव्र झटका आला. तिचा हात माझ्या हातात तसाच राहून गेला, गुलाबाची फुलं सगळीकडे अस्ताव्यस्त पसरली.

मी आत काळजातून हादरून गेलो. मी अशी कल्पनाही करू शकत नव्हतो, की कम्मो माझ्या हातात हात असताना जीव सोडेल. मी व्हरांड्यात बसून सिगारेटवर सिगारेट पीत होतो, वारंवार ते लाल गुलाब समोर दिसत होते.

मी माळ्याला आवाज दिला. म्हणालो, ''बगिच्यातले सगळे गुलाब उपटून फेकून दे.''

मला आज आतापर्यंत माझ्या गावाच्या मातीचा सुगंध आसमंतात पसरल्याचं जाणवलं.

♦ ♦ ♦

१०. अनोळखी काळोख

एक अंधार होता ज्याला ती जन्मापासून ओळखत होती. जन्मली तेव्हा कानात कुणाचा तरी आवाज गुंजला होता. बहुधा बाळंतपणा करणाऱ्या दाईचा. ती म्हणाली होती, ‘छोटी आलीय.’ तिच्या आधी घरात एक मुलगी होतीच. म्हणून वयाच्या दर्जानुसार ती जन्मली, तेव्हा छोटी होतीच. ती अशी साधारणपणे सव्वा वर्षांपर्यंत छोटी राहिली. घरात तिसरी मुलगी आली तेव्हा पुन्हा त्या दर्जानुसार ती ‘मधली’ झाली, आपोआप.

तिसऱ्याच्या जन्माच्या वेळी आई नाही वाचू शकली. ती तिसरी सुद्धा आईसोबतच गेली. ही ‘मधली’ घरातल्या एका कोपऱ्यात, अंधारात बुडून गेलेली मख्ख उभी होती. तिचं कुणी काही नाव ठेवलं नव्हतंच. ती मधली म्हणूनच ओळखली जाऊ लागली.

कालांतरानं मोठी ‘सासर’ नावाच्या देशात निघून गेली आणि तिचे बाबा ‘परलोक’ असं नामाभिधान असलेल्या अगम्य अशा देशात निघून गेले. अशा रस्त्यावरून, की ज्याच्यावरून परत कधीच येता येत नाही. त्यावेळी तिच्या बाबांचे मित्र म्हणविणारे एक गृहस्थ तिला या अंधारातून मार्ग दाखविणारे म्हणून पुढे आले. त्या मार्गावरून एकेक पाऊल टाकत ती आपल्या उदरनिर्वाहाच्या आसऱ्यापर्यंत पोहोचली.

मोठी, चांगल्या खात्यापित्या घरात जाऊन पडली होती. मधलीलाही ती आपल्या घरात आपल्या मुली... बहिणीसारखी ठेवू शकत होती. परंतु आपल्या नवऱ्यावर तिचा विश्वास नव्हता. त्याच्या तारुण्याला आपल्या नजरेसमोर आलेल्या उधाणाचं काय करायाचं हा तिच्यासमोर प्रश्न होता. तो कधी माजलेल्या सांडासारखा उधळेल,

याची खात्री नव्हती. म्हणून ती मधलीचा सहारा नाही बनू शकली आणि मधलीला तर 'बेसहारा' होण्याचं वास्तव आई-बाबा गेल्यापासून चांगलं ओळखीचं झालं होतं. ते तिनं स्वीकारण्याची मनोमन तयारी केली होतीच. अवतीभोवतीचा अंधार तिला आता हळूहळू ओळखीचाच झाला होता.

दोन वेळचं जेवण कमावणं म्हणजे, एका छोट्याशा गावात, एका शाळेत मुलं शिकवण्याचं काम होतं. या लहानशा आधाराच्या मंद ज्योतीच्या प्रकाशात प्रथमच तिनं आपलं नाव शोधण्याचा प्रयत्न चालवला होता. जे काही हाताला लागेल ते, ती क्षणाक्षणांनी जोडलेल्या आयुष्यात शोधात होती.

तिला जे नाव सापडलं ते 'बचनी' असं होतं. म्हणजे 'छोटीशी.' हिंदी भाषेतला अर्थ 'बिचली' आणि यातलं एक अक्षर बदलून केलेलं ते 'बचनी' असा तो प्रकार होता. अर्थात हेही तिला सर्वस्वी उसने वाटत होते. इतके उसनं की, आपलंच हे नाव तिला कधीकधी एकदम आठवत नव्हतं.

या काळोखातही एक घटना घडलीच...

'तिच्या बाबांचा जो जवळचा मित्र म्हणून लोक समजत होते, त्याच्याशी जोडून लोक संबंधाची चर्चा करू लागले. त्या भीतीनं त्या मित्रानं तिला ही खेड्यातील नोकरी सोडून देण्याचा सल्ला दिला. हे खरंच, की बचनी आपला हा महत्प्रयासानं दोन वेळच्या जेवणाचा आसरा सोडून देण्यास नाखूश होती. तिच्या हातापायाला या कल्पनेनंच कंप सुटला. परंतु त्या माणसानं मदतीचा हात पुढे केला आणि या नव्या आधारासोबत तिनं एका नव्या काळोखाच्या भीतीला आपल्या पदरात बांधून घेतलं.

तर हा काळोख होता, ज्याला ती बालपणापासूनच ओळखत होती. परंतु आज ती जेव्हा आपलं गाव सोडून एका मोठ्या शहराच्या दिशेने निघाली होती आणि शहरात रेल्वेच्या प्लॅटफॉर्मवर पाय ठेवला, त्याचक्षणी समोर तिला आणखी एक अनोळखी काळोख दिसला. शहराच्या झगमगाटात व प्रखर दिव्यांच्या प्रकाशात सामावलेला तो काळोख तिला सर्वस्वी अपरिचित वाटला.

तिनं आपल्या उजव्या बाजूला पाहून एक अंदाज घेतला आणि अनामिक भीतीनं त्याचा हात जोरात दाबला. तो तिच्या बाबांचा मित्र म्हणून वावरत होता की, मोठ्या शहरांच्या गोष्टी काही वेगळ्याच असतात. इथं गावातल्या सारखं कुणी कुणाकडे बोट दाखवीत नाही.

''तुला आधीच्यापेक्षा चांगली नोकरी मिळेल इथं. मी दर आठवड्याच्या शेवटी सुट्टीत तुझ्याकडे येत जाईन. मग काय, आयुष्याचे उरलेले दिवस म्हणता

म्हणता मजेत निघून जातील आणि मी जेव्हा पेन्शनीत जाईल, तेव्हा इथं तुझ्याकडेच राहायला येईन.''

या आधारात कुणास ठाऊक, कृतज्ञता होती, की प्रेम! बचनीला या दोन शब्दांत प्रत्यक्षात किती अंतर आहे, याचा पत्ता लागला नाही. मात्र आधार होता, जरूर. तिनं त्याचा हात धरला आणि शहराच्या अनोळखी अंधाराला चाचपून पाहू लागली. याच अंधारात शहरातील चमचम करणारे सगळे दिवे डुबलेले तिला दिसले.

सहा महिन्यांचा काळ हां हां म्हणता सरला. परंतु हा अनोळखी अंधार तसाच अनोळखी वाटू लागला. तिनं लहानसहान नोकरी करणाऱ्या सरकारी नोकरांच्या वस्तीत एक लहानसे घर भाड्यानं घेतलं होतं. दिवस दिवस हातात पदवीचे भेंडोळे घेऊन ती शाळा-कॉलेजांची दारं ठोठावीत फिरत होती. आधीच्या नोकरीत जमवलेल्या थोड्या पैशातून तिचा गुजारा होत होता. तेही आता संपायला आले होते. मात्र अनोळखी अंधार पूर्वीसारखाच अनोळखी वाटत होता.

या अनोळखी काळोखाशी जवळून परिचय व्हावा म्हणून तिनं टायपिंग शिकणं सुरू केलं. कदाचित या शैक्षणिक योग्यतेच्या बळावर तरी एखादी नोकरी मिळेल अशी तिला आशा होती. परंतु टायपिंग शिकत असलेल्या तिच्या अनेक मैत्रिणी हेच सांगायच्या, की शहरात सर्वांत मोठी डिग्री ही वशिला असते, शिफारस असते.

ती आपल्या असहाय्य हाताकडे बघत निराश व्हायची, कारण तिच्या हातात 'वशिला' ही डिग्री नव्हती.

तिनं टायपिंगचा कोर्स तर पूर्ण केला. तिच्या हातात टायपिंगचं प्रमाणपत्र आलं. परंतु नोकरीसाठी जी डिग्री आवश्यक होती, ती तर नव्हतीच आणि अचानक एके दिवशी तिची ही समस्या मनीमानसी नसताना सुटली. ज्या कुणी ही समस्या सोडवली होती तो एक गिरणी मालक होता. त्यानं तिला पाहताच आपल्या कार्यालयात एका कोपऱ्यात एक टेबल-खुर्ची टाकून तिला जागा करून दिली, महिन्याचा पगारही निश्चित केला.

आपल्या छोट्या आरशानं तिला आतापर्यंत याची जाणीव करून दिली नव्हती की ती एक धुळीत पडलेल्या अनमोल रत्नासारखी सुंदर आहे आणि जर ते धुऊन पुसून एखाद्या काळ्या मखमलवरती सजवून ठेवलं, तर बघणाऱ्यांचे डोळे दिपून जातील. कदाचित हीच गोष्ट त्या गिरणी मालकाला एकदा तिला

पाहाताच जाणवली असेल.

तिच्या बाबांचा तो तथाकथित मित्र एका ना दोन आठवड्यांत जरूर येतं होता. तिच्या शरीराच्या अंगाप्रत्यंगाची त्याची चांगलीच ओळख झाली होती आणि मुख्य म्हणजे त्यानं तिच्याशी कुठलंही नातं न जोडताही तो आपली ओळख, तिचा काका म्हणून पटवून देण्यात यशस्वीही झाला होता. गिरणी मालक आणि आजुबाजूचे लोक हेच खरं समजत होते.

''ठीक आहे...'' बचनी विचार करायची, ''एक पुरुष आणि एक स्त्री एकाच खोलीत राहत आणि झोपत असतील तर लोकांना त्यांच्यातलं नातं कळायला वेळ लागत नाही...''

ती केवळ भविष्याविषयी चिंता करायची आपल्या. तिला वाटायचं की 'तो जेव्हा आपल्या कुटुंबाला व नोकरीला सोडून येईल आणि माझ्यासोबत संसार करील, तेव्हा ज्यांच्यासमोर मी आज त्याला काका म्हणते, तर नंतर काय म्हणू? त्याला हाक मारताना काय नातं लावू?'

या तिच्या भविष्यातल्या चिंतेला गालावर ओघळू न देता ती आपल्या हातानं पुसून टाकायची... 'कदाचित शेजार बदलावा लागेल, कदाचित नोकरीही बदलेल. एरवी ही नोकरी तरी कोणती पक्की आहे!'

काही पक्कं म्हणून ओळखायचे अथवा म्हणायचे झालं, तर तिचा तो काका म्हणवणारा माणूस होता व त्याचा जो आधार तिला होता, तोच एका अंधाराचा भाग होता, की ज्याला ती जन्मापासून परिचित होती.

तिच्यासाठी या शहरातला अंधार तसा आतापर्यंत अनोळखीच होता. म्हणून गिरणी मालकसुद्धा अनोळखी होता आणि त्यानं केले उपकाराचं ओझं सुद्धा! त्यात त्यानं दिलेल्या पाच नव्या साड्या, एक गरम कोट आणि दोन काश्मिरी शॉल, यांचाही समावेश होता आणि हा खर्च तिच्या पगारातून कापून घेऊ, असे तो म्हणाला होता खरा, परंतु त्यानं तसे काही केलं नाही. कुठल्याच महिन्यात तिच्या पगारातून छदामही कापला नाही.

हा सगळा तिच्यासाठी अनोळखी काळोख होता. या अंधाराची तिला ओळख होत नव्हती, तो अधिकाधिक गडद मात्र होताना दिसत होता. यात तिचा बावीस वर्ष जुना झालेला चेहरासुद्धा होता.

ती आपल्या केसांना आवळून त्याची एक वेणी घालायची. परंतु गिरणी मालकांनी तिला एका चांगल्या ब्यूटी पार्लरचा पत्ता दिला व तिच्याकडे पाठविलं. ती परत आली तेव्हा तिचा चेहराच अनोळखी दिसत होता. कार्यालयातील इतर

कर्मचारी तिला बघायचे आणि डोळे फाडफाडून बघतच राहायचे. खरोखर कुणी मोती घासून पुसून स्वच्छ केला, आणि काळ्या मखमलीवर सजवून ठेवला, असेच जणू वाटायचे.

आणि अचानक एक दिवस नशीब पालटवणारी ती घटना घडली. आता ती टायपिस्ट आणि सेक्रेटरीसुद्धा झाली होती. गिरणी मालकांची डाक उघडण्याचं कामही आता तिच्याकडं आलं होतं. एके दिवशी पत्रं उघडताना तिच्या लक्षात आलं की, एक पत्र तिचा तो काका म्हणवीत होता, जो तिच्या बाबांचा तथाकथित मित्र होता, त्याचंच आलं होतं. पत्र गिरणी मालकांना लिहिलेलं होते. पत्रात त्याने मागे मागणी केल्याप्रमाणे गिरणी मालकाने पाठविलेले एक हजार रुपये मिळाल्याबद्दल धन्यवाद दिले होते आणि सोबतच आणखी पाचशे रुपयांची मागणी केली होती.

बचनीच्या मेंदूत एक जीवघेणी कळ उठली. ती आरपार पायापर्यंत गेली. पत्रातील एकेक अक्षर तिच्या काळजावर ओरखडे उठवून गेले. तिच्या डोळ्यांत तीच अक्षरं विस्तवाच्या ठिणग्या बनून आले. तिला वाटलं 'जुन्या ओळखीच्या अंधारातून एक प्रेत निघून आज तिच्या समोर उभं आहे.' गिरणी मालकाला तिचा एकच प्रश्न होता, की तुम्ही त्या माणसाला एक हजार रुपये पाठवलं ते मला का नाही सांगितलं?''

उत्तर लहानसंच होतं, ''तुला सांगायचं नव्हतंच.''

परंतु या लहानशा उत्तरातच जे काही होतं ते बचनीच्या गत आयुष्यावर अस्ताव्यस्त पसरलं होते. तिनं गिरणी मालकाला एकच विनंती केली की, ''यापुढे कुणालाही पैसे पाठवायचे नाहीत.''

''ठीक आहे, तुझ्यासाठीच दिले होते. तू म्हणतेस तर यापुढे नाही देणार.'' गिरणी मालकानं संमती दर्शविली. परंतु तिला त्यांचे... 'तुझ्यासाठी.' हे शब्द खटकलेच. जसे की कुणीतरी तिला ओळखीच्या काळोखातून हळूहळू अनोळखी अंधाराकडे घेऊन जात आहे.

तिच्या बाबांचा मित्र म्हणवणारा, जो येत्या आठवड्याच्या शेवटी गुरूपीर यांच्या जन्म-दिवसाच्या सुट्टीत तिच्याकडे येऊन राहाणार होता तो आलाच. घराची एक चावी तो आपल्याकडे ठेवत असे आणि दुपारी येणाऱ्या गाडीनं येऊन त्याच चावीनं दरवाजा उघडून घरात येत असे. बचनी संध्याकाळी सहा वाजता कामावरून परतली तेव्हा तो घरात येऊन बसलेलाच होता आणि त्याचवेळी तिला प्रथमच वाटलं की तिनं आपले नसून दुसरंच कुणाचं घर

उघडलं आहे. तिचे पाय उंबरठ्यावरच थबकले.

"मला माहिती होतेच की तू आता येशील. बघ, मी तुझ्यासाठी चहा तयार करून ठेवला आहे..." घरातून त्याचा आवाज आला, ओळखीचा, ओळखीच्या काळोखाचा! ती चहाचा कप हातात घेऊन एकेक घोट सावकाश पिऊ लागली.

काही क्षणातच त्यानं आपल्या सराईत हातांनी तिच्या साडीचा पदर ओढून तिच्या अंगप्रत्यंगांना ओळखीचे हात करतात तसा स्पर्श करण्याचा प्रयत्न केला. परंतु हेच क्षण चाकूच्या तीक्ष्ण धारेसारखे तिच्या काळजाला स्पर्शून गेले. त्या वर्तमान क्षणांनी भूतकाळाला टराटरा फाडून कुठच्या कुठं भिरकावून देत, बचनीला अचाट बळ दिलं. ती जणू काही भिंतीचा एक भाग बनून भिंतीला टेकून धीटपणे उभी राहिली.

"मला विकूनही माझे शरीर हवंच?" ती कडाडली. तिचा आवाज खोलीभर गुंजला आणि खोलीतच निनादत राहिला. ती एवढं बोलून निश्चिंत उभी राहिली.

तो तिच्याकडे तुच्छतेनं पाहत म्हणाला, "जर मी या गल्लीतील लोकांना बोलावून मी तुझा कोण आहे, हे सांगितले तर या गल्लीतच काय, इतरत्र कुठंही राहू देण्याच्या लायकीची तू राहाणार नाहीस."

हे त्याचे शब्द म्हणजे हातोड्याचा एक घाव होता आणि शब्द उच्चारणाऱ्याला वाटत होतं, की ही समोरची भिंत आता कोसळल्याशिवाय राहाणार नाही. परंतु झालं उलटंच. बचनी विटांच्या ऐवजी दगडांची भिंत बनली, म्हणाली, "आधी तुला निपटते, मग गल्लीचं आणि इतरांचं बघते."

त्यानं बचनीचा हात पिरगाळला आणि आपला लोखंडी पंजासारखा मजबूत हात तिच्या गळ्यावर दाबला, म्हणाला, "इथं कोणीही येणार नाही तुझ्या मदतीला."

तिला वाटलं, खरोखरच आपला आवाज आपल्याच कानापर्यंत पोहोचला आहे. परंतु दुसऱ्याच क्षणी बाजूच्या खोलीच्या दरवाज्यावर खटखट वाजले. ती त्याचा हात ढिला पडताच दारापर्यंत धावली आणि दरवाजा उघडून बाहेर आली.

'इथं माझं असं कोण आहे?' दरवाज्यासमोर खरोखर अनोळखी काळोख तेवढा पसरलेला होता. ती जागच्या जागी उभी राहिली. तिच्या पायांना थांबण्यास अजिबात वेळ नव्हता विचारायला, की आता पुढे काय करायचे. ते आपसूक चालत राहिले. गल्लीच्या टोकावर असलेल्या मॉलजवळच थांबले. तिथंच असलेल्या

एका घरात टेलिफोन होता. तिनं त्या घरात एक टेलिफोन करण्याची परवानगी मागितली, परंतु नंबर फिरवताना तिचे हात थरथर कापायला लागले.

हाच तो अनोळखी काळोख होता, की ज्याला भिऊनही तिने त्याचा हात एक दिवस धरला होता आणि आज त्याच्याच हातातून सुटका करण्यासाठी ती आणखी एका अनोळखी काळोखाची मदत घेणार होती, तिला वाटलं, हा अनोळखी काळोख आपल्याकडे बघून बीभत्सपणे हसत आहे.

तिचे हात, कान कापत राहिले. परंतु टेलिफोनचे नंबर कापले नाहीत. ते बरोबर पलीकडच्या टोकावर पोहोचले. दुसरीकडून गिरणी मालक विचारित होते, ''कोण, बचनी? तू घाबरली आहेस का? कुणाला? त्याला?'' आणि शेवटी म्हणाले, ''मी आलोच.''

काही मिनिटांतच ते तिथं पोहोचले. एका ओळखीच्या काळोखाचा हात, जो बचनीला धरू बघत होता, त्याच्यापासून त्यांनी बचनीला सोडवलं.

परंतु बचनी त्या रात्री आपल्या खोलीत एकटी बसलेली होती त्यावेळी तिला वाटलं, आता पुढे? आता या नव्या अनोळखी काळोखाच्या हातून सुटण्यासाठी कुणाला आवाज देशील?

तिनं आपले हात डोळ्यांसमोर धरले. ती विचार करू लागली... कुणास ठाऊक, या आपल्याच हातांचा आधार मला कधी मिळेल... कधी?...

◆ ◆ ◆

११. छम्मक छल्लो

"जरा इकडे ये बघू छल्लोची आई. बघ तरी आज माझा गुडघा किती सुजला ते.'' असं म्हणत छल्लोच्या वयोवृद्ध बापानं आपले दोन्ही पाय पसरले. पुन्हा एकदा निरखून दुखऱ्या गुडघ्यावर नजर टाकली. थोडी हालचाल होताच गुडघ्यातून एक जीवघेणी कळ निघाली. त्यानं आपले पाय पुन्हा समेटून घेतले. तो शांत डोळे मिटून बसला. गुडघ्यावर सूज आली होती, आतून ठणक होतीच.

म्हातारा हुकूमचंद. त्याची पहिली पत्नी देवाघरी गेली होती. ती खरंतर छल्लोची आई होती. तिच्या निधनानंतर हुकूमचंदनं पैशाच्या जोरावर एका तरुणीशी, करतारोशी विवाह केला होता आणि लग्नाच्या दोन दिवसांनंतरच तो करतारोला छल्लोची आई म्हणून आवाज देऊ लागला होता.

करतारोला हे आवडत नव्हतं. एक दिवस तिनं रागात हुकूमचंदला सुनावलं होतं, "सरळसरळ माझं नाव घेऊन हाक मारीत जा. मला नाही आवडत हरघडी 'छल्लोची आई, छल्लोची आई' म्हटलेलं ऐकून घेणं.''

"अगं बाई, मी तुझा नवरा, छल्लोचा बाप आहे की नाही? मग तूच सांग, की तू छल्लोची कोण लागशील? आईच की नाही? ऑ? मी काही चुकीचं बोललो काय?''

परंतु वारंवार करतारोनं विरोध केल्यामुळे हुकूमचंद तिला नावनंच बोलावू लागला. मात्र तरीही कधी ना कधी ते विसरून त्याच्या तोंडात यायचंच 'छल्लोची आई.' सवयच झाली होती त्याच्या जिभेला तशी.

छल्लो त्याची मोठी व फार लाडकी मुलगी

छम्मक छल्लो / ११५

होती. तिचं नाव खरेतर कौसल्या असं ठेवलेलं होतं. परंतु मोठ्या प्रेमानं तो तिला छल्लोच म्हणायचा. छल्लोची आई या संबोधनानं करतारोला राग यायचा, तेव्हा तो तिला हसत हसत म्हणायचा. " तू एका मुलाला जन्म दे आधी, मग तुला त्याची आई म्हणून हाक मारीन. बरं, काय नाव ठेवशील त्या मुलाचं? चंदन, चंदन ठेवू या त्याचं नाव. मग मी तुला हाक मारीन, चंदनची आई, ओ चंदनची आई." हे ऐकल्यावर, करतारो कितीही रागात असली तरी तिच्या मुखावर मंदस्मित फुलायचं.

वर्षामागून वर्षं गेली. परंतु 'ओ चंदनची आई,' अशी करतारोला हाक मारण्याचा योग काही त्यांच्या आयुष्यात आला नाही, हुकूमचंदच्या घरात 'चंदन' काही जन्माला आला नाही. हुकूमचंद तिला सरळसरळ करतारो म्हणत राहिला. हां, कधीकधी त्याच्या तोंडून निघायचचं, 'छल्लोची आई.'

देशाची फाळणी झाली. पश्चिम पंजाबमध्ये रहाणारा हुकूमचंद पूर्व पंजाबमध्ये 'करनाल' ला आला. ज्या पैशाच्या जोरावर त्यानं तरुण करतारोला लग्नाची बायको म्हणून आणलं होतं, तो पैसा ओसरू लागला. पती-पत्नीचे संबंध-पूर्वीसारखेच होते. परंतु या नात्याच्या भरजरी वस्त्राचे धागे जागोजागी विरले होते. तुटत चाललेल्या धाग्यांना गाठी माराव्या लागत होत्या. हुकूमचंदाच्या हातातील पैशाच्या आधाराची काठी सुटली होती व त्यामुळे त्याचे वृद्धत्व थरथरू लागले होते, गुडघ्याच्या दुखण्यानं त्यात आणखी भर पडली होती.

"अगं ए छल्लोची आई." हुकूमचंदनं जरा मोठ्या आवाजात करतारोला हाक मारली.

"ही छल्लोची आई मेल्याशिवाय तिची सुटका नाही. बोला, काय म्हणता?" करतारो स्वयंपाकघरातून बाहेर येत, दुपट्ट्याला हात पुसत विचारती झाली.

"जरा शुभ शुभ बोलत जा करतारो. एक छल्लोची आई तर गेली देवाघरी. आता दुसरीला कशाला धाडतेस. बिचारी माझ्या लाडक्या छल्लोची आई."

"हो, हो, त्या पहिलीला जणू काही मीच मारले, तुमच्या लाडक्या छल्लोच्या आईला. ती आपल्या मरणानं मेली आणि मी आली. ती गेली सुखानं मरून, अन् मला ठेवलं इथं हे काटे सावरायला."

"तू कशाला काटे सावरतेस, तुला नाही जमायचं ते. तू आपली काटे टोचत जा."

"मी, मी तुम्हाला अन् तुमच्या नाजूक छल्लोला काटे टोचते? चांगलं तुम्हाला बसल्याजागी खाटेवर जेवायला करून वाढते, तुमच्या छल्लोला पण जेवायला घालते. हे सगळं करताना तुम्हाला काटे टोचते काय मी. आँ?

"तू कशाला एवढे कष्ट उपसतेस करतारो? मी तुला कितीदा सांगितलं की आता आपली मुलगी मोठी झाली ती टाकील चार भाकरी."

"हो, हो, तोंड बघा पोरीचं. म्हणे चार भाकरी टाकील. तिला कुठलं ते जमायला आणि करायचं मनात तर पाहिजे ना. चार टोपल्या नेते विकायला अन् दिवसभर गावात उंडारत फिरते. संध्याकाळीच घरात परत येते."

"मी तुला कितीदा सांगितलं, की तिला आता टोपल्या विकायला पाठवू नकोस म्हणून. ठिकठिकाणचे लोक. कुणी कसं, कुणी कसं. काय भरंवसा? खरं खोटं कोण ओळखावे! एखादं वेळी तिच्यावर अनावस्था प्रसंग ओढवला तर."

"छल्लोचे बाबा, हा उपदेश तुम्ही मला द्यायचं कारण नाही. एक तर चार पैसे कमावून आणत नाही. दिवसभर नुसतं खाटेवर बसून चार गोष्टी कुणालाही सांगता येतात. मी मात्र..." असं म्हणत करतारोनं एक हुंदका दिला.

खरंच आहे तीचं म्हणणं. मी तरी तिला कोणत्या तोंडानं सांगू. पैशानं साथ सोडली आणि शरीरानंही. ती गोड बोलू दे किंवा तिखट, निदान वेळेवर दोन भाकरी तर वाढते ताटात सकाळ संध्याकाळ.

हुकूमचंदच्या मस्तकात एक जीवघेणी कळ उठली. थोडे थांबून तो मोठ्या विनम्रतेनं म्हणाला, "माझ्यासाठी जरा लसूण टाकून तेल गरम करतेस का? मी जरा गुडघ्याला चोळतो आणि हां, कृपा करून तीच ती उडीद-चण्याची डाळ नको करूस. ती खाऊन खाऊन जीव कंटाळला माझा. माती आलीय जणू काही तोंडाला, चव अशी काही लागतच नाही."

"उडीद-चण्याची डाळ का बरं? आज तर मटन शिजवणार आहे मी."

"मटन? खरोखर माझ्या मनातलं बोललीस तू. एक वर्ष झालं असेल उणंपुरं, मटन डोळ्यानं पाहिलं नाही. दररोज तीच ती जळालेली काळी डाळ.

"तो वैद्यबुवासुद्धा म्हणत होता, हुकूमचंद तब्येत सांभाळायची तर जरा मद्यपान वगैरे करत जा थोडं थोडं. तू आज मटन शिजव."

त्यानं एकदा आपल्या दुखऱ्या गुडघ्याकडे पाहिलं. मटनाच्या आशेनं त्याचं दुःख जरा कमी जाणवू लागलं.

"हो हो, आज दारू ढोसा तुम्ही. मी माझं शशीर कापून टाकते शिजवायला."

"अगं हो हो, जे बोलतेस ते असं वाईटातलंच. मला असं वाटतं की

आज चार टोपल्याऐवजी वीस टोपल्या विकल्या जातील. बेटा छम्मक छल्लो, आज माझा शब्द खरा करून दाखव. आज वीस टोपल्या विकून ये आणि येताना कोपऱ्यावरच्या दुकानातून अर्धा शेर मटन आण. जा बेटा, जा. गाड्या येण्याची वेळ झाली आहे.

"आणि हे बघं, येताना कांदे, लसूण, हिरवी मिरची सगळं सगळं घेऊन ये. नाही तर तुझी ही आई नुसतं मटन उकडून आपल्या पुढे ठेवील."

असं वाटलं, की छल्लो आपल्या बापाच्या या विनोदी बोलण्यावर खूप हसेल. परंतु तिच्या तोंडावरची माशीसुद्धा हलली नाही. ती खाली मान घालून आपल्या टोपल्यांकडे बघत राहिली.

"कुणाला टोपली घ्यायची असली तरी हिच्या तोंडाकडे बघून तो घेणार नाही. नेहमी फुग्यात हवा भरल्यासारखा चेहरा केलेला असतो तिचा."

हुकूमचंदवरचा राग सोडून जणू काही करतारो आता छल्लोच्या मागे लागली होती.

"का, काय झालं तिच्या चेहऱ्याला? नेहमी तिला वाईट बोलत असतेस. तुझ्यापेक्षा तर चांगलाच आहे चेहरा तिचा."

हुकूमचंदनं तिचा छल्लोवरचा राग आपल्याकडे जणू ओढवून घेण्याचा प्रयत्न चालविला. परंतु करतारोचा राग एवढ्यानं शांत होणारा नव्हताच.

ती त्याच अविर्भावात छल्लोकडे बघत म्हणाली,

"जरा हसून कुणाशी बोलली तर एकाऐवजी दोन टोपल्या घेईल कुणीही गिऱ्हाईक. एवढ्या मोटारी येतात-जातात. आत-बाहेर सगळं सामानच सामान, असते लोकांचं. एखाद-दोन टोपल्या विकत घेतल्या तर काय त्यांना जड होतील आणि टोपल्यांचं वजन तरी काय मोठंसं. त्यात या रंगीबेरंगी टोपल्या. पण ही तोंडातून शब्द काढील तर ना! मोटारी थांबल्या की लोक चहापाण्याला उतरतात. त्या वेळात त्यांच्याशी गोड गोड बोलून, हसून वागलं, तर कोण नाही घेणार टोपल्या?"

छल्लो सगळं ऐकून न ऐकल्यासारखं करीत होती. तिनं जणू कानात कापसाचे बोळे घातले होते. आधीसुद्धा ती करतारोला म्हणाली होती की, "आई, कुणीच घेत नाही गं या टोपल्या. हे टेंपोवाले अन् लहान गाडीवाले कधीमधी घेतात एखादी टोपली, परंतु मोटारीवाले, कारवाले रईस लोक असतात. ते या टोपल्यांकडे बघतही नाहीत. वसकन अंगावर धावतात. म्हणतात, 'हात लावू नको गाडीला. कार खराब होईल. दूर उभी राहा.' मग कोण हिंमत करील

त्यांच्या मोटारीजवळ जायची?''

परंतु करतारोनं तिचं काहीच ऐकून घेतलं नाही. खरंतर त्या मोटारवाल्यांवर तिला राग यायला हवा होता, परंतु ती छल्लोला धमकावीत होती. नेहमी हेच म्हणायची की, ''तुला जमतच नाही टोपल्या विकणं. थोडी हसून बोलत जा गिऱ्हाइकांशी. तू तर पितळेच्या लोट्यासारखा चेहरा करून खालमानेनं बघतेस. तुझ्या हातून कोण घेईल टोपली?''

छल्लोनं अनेकदा असा प्रयत्न केलाही होता. तिलाही वाटायचं की आपला चेहरा असा फुटबॉलसारखा दिसू नये. ती मोटारीजवळ जाऊन अनेकदा स्मितहास्य करून बघायची. परंतु झालं होतं उलटंच. एकदा दोनदा नाही, चांगले तीनदा एका मोटारवाल्याने तिला चिडून म्हटले होते, 'अशी दात काय वचकते? आजकाल कोण विकत घेते या जुनाट टोपल्या? कुणी गाववाले अडाणी घेत असतील.'

आता या सततच्या नकारामुळे व पदोपदी होत असलेल्या अपमानामुळे छल्लोचा चेहरा लाख वेळा प्रयत्न करूनही तसाच निर्विकार राहू लागला होता.

''तो हरामखोर, पेपर विकत गावभर उंडारतो तो, काय नाव त्याचं? रतन, हां रतन. त्याला पाहून तर हिचे ओठ आपोआप उमलतात. त्यावेळी कसं हसू फुटतं हिला.'' करतारो म्हणाली.

''करतारो, उगाच कोड्यात बोलू नकोस.'' हुकूमचंद धमकावणीच्या सुरात म्हणाला.

''मी काही उगाच बोलत नाही. या तुमच्या राणीला मोठा शौक आहे ना प्रेम करण्याचा. पण हे करताना त्याचं घरदार, खानदान तर पाहायचं होतं. दीड दमडीचा, चार-आठ आण्याचा पेपर विकणारा पोऱ्या तो. उद्या काय खाऊ घालील हिला कुणास ठाऊक.''

करतारोचं बोलणं संपलंही नाही, तेवढ्यात छल्लो आपल्या टोपल्या डोक्यावर ठेवून मोटारीच्या अड्ड्याकडे चालती झाली.

'दीड दमडीचा पेपर विक्या पोऱ्या' आईनं रतनबद्दल काढलेले हे शब्द छल्लोच्या कानात शिसं ओतल्यासारखे झोंबले होते आणि जणू काही फुगून फुटायला आलेल्या फोडासारखे पुनः पुन्हा ठणकत होते.

ती मोटार अड्ड्यावर पोहोचली, तेव्हा तिचं लक्ष मोटारीवर नव्हतंच. तिचे डोळे त्या दीड दमडीच्या चार-आठ आण्याला पेपर विकणाऱ्या रतनला शोधत होते.

"आज उशिरा आलीस तू छल्लो." रतन तिच्या मागून पुढे येत म्हणाला.

"मी..." छल्लो जरा थांबून काहीतरी सांगण्याचा प्रयत्न करू लागली. त्याचवेळी तिच्या लक्षात आलं की तिचा चेहरा आता या क्षणी पितळेच्या लोट्यासारखा नाहीच आहे मुळी. उलट तो चांगला प्रफुल्लित आहे. ती म्हणाली, "मी एक टोपली विणत होती रतन. ही बघ, आज मी यात रंगीबेरंगी फुलं भरून आणली आहेत. किती सुंदर दिसते ही टोपली, नाही."

"छल्लो..."

"हं, बोल."

"टोपली तर तू रोजच सुंदर बनवतेस. परंतु तुझं असं नेहमी दुसऱ्या कुणाही माणसाजवळ जाऊन टोपली दाखवत फिरणं, मला बरं नाही वाटत छल्लो."

"पण तूसुद्धा दररोज कुण्या नव्या माणसापाशी जाऊन पेपर विकत फिरतोसच ना?" छल्लो यावर खळखळून हसली.

"माझी गोष्ट वेगळी आहे छल्लो, मी मर्द गडी आहे. माझा पेपर कोण घेईल न घेईल, मात्र माझ्या तोंडाकडे कोण कशाला पाहील?"

"आणि माझ्या तोंडाकडे तरी कोण पाहील? माझं तोंड तर पितळेच्या लोट्यासारखं आहे."

आपल्या या बोलण्यावर छल्लो स्वतःच पुन्हा एकदा खळखळून हसली.

"एखाद्या अनोळखी माणसासमोर असं हसू नकोस बरं छल्लो, कदाचित टोपलीऐवजी तो तुलाच..."

"हं...!" आणि छल्लोचा चेहरा एकाएकी गंभीर झाला. "काय करू रतन, लोकांच्या समोर माझा चेहरा पितळेच्या लोट्यासारखा, फुगल्यासारखा गंभीर आणि तुझ्या पुढे हसरा आणि आई म्हणते की मी सगळ्यांपुढे हसरा चेहरा ठेवावा नेहमी."

रतननं छल्लोच्या हातातील सगळ्या टोपल्या हिसकावून घेतल्या. "मी तुला नाही विकू देणार या टोपल्या. तू त्या बंद असलेल्या दुकानाच्या पायरीवर बस शांतपणे. मी आज हे सगळे पेपर विकणार आहे." तो म्हणाला.

"आणि मग आलेल्या पैशातून तू माझ्या या टोपल्या विकत घेशील, होय ना? आधीसुद्धा तू असेच केलेस अनेकदा. कुठंवर हे असं करशील? काय करशील या टोपल्यांचं तू घरात ठेवून? लोणचं घालशील?"

"हो हो, लोणचं घालील मी या टोपल्यांचं."

''नाही तर एक दिवस तुझी आई तुझं लोणचं घालील.''

''ती बघ एक मोटार आली. तू थांब इथं, मी हा आलोच पेपर विकून.'' रतन झटकन वळला आणि त्या मोटारीच्या दिशेनं धावला.

छल्लोलाही वाटलं, की त्याच्यामागून जावं पळत. कदाचित एखादं टोपली घेणारा गिऱ्हाईक असेल त्या मोटारीत. परंतु तिला रतनचा आदेश मोडायचा नव्हता. सगळ्या टोपल्या एका बाजूला ठेवून ती दुकानाच्या पायरीवर बसली.

''ताराचंद नावाच्या माणसानं चाकूनं आपल्या बायकोचं नाक कापलं. बावीस वर्षांच्या सुंदर मुलीचं नाक कापलं. संपूर्ण बातमी वाचा...'' दुरून रतनचा आवाज येत होता. लोक पटापट रतनचा पेपर विकत घेत होते. छल्लोला मात्र हसू आवरत नव्हतं.

''गरम गरम बातम्या... विज्ञानाचा नवा चमत्कार.'' असं अनेकदा ओरडून सांगायचा रतन. त्याचबरोबर तिबेटच्या दलाई लामाच्या व रशियाच्या रॉकेटच्या बातम्या मोठ्या आवाजात लोकांच्या कानाशी लागून बोलायचा. परंतु आज छल्लोला हसू आवरत नव्हतं ते यासाठी की, कुण्या माथेफिरूनं आपल्या पत्नीचं नाक कापलं. काय काय गाढवपणा करतात लोक.

ड्रायव्हरनं मोटारीचा भोंगा वाजवला. सगळे प्रवाशी आपापल्या जागेवर जाऊन बसले. मोटार निघाली. रतन घाईनं छल्लोच्या जवळ आला आणि म्हणाला, ''आज बहुतेक सगळे पेपर दोन मोटारीतच संपले.''

''तू तर रोज देवाला नवस बोलत आसशील, की कुण्यातरी नवऱ्यानं आपल्या बायकोचं नाक कापावं.'' छल्लो आपल्याच विनोदावर हसली.

''बायकोचं नाक कापू दे, नाहीतर आपल्या अकलेचं खोबरं होऊ दे, पेपर अशा बातम्यांमुळेच विकला जातात छल्लो. बघत नव्हतीस, लोक कसे माझ्या हातातून पेपर पटापट विकत घेत होते ते.''

''का बरं रतन, लोकांना ही गोष्ट एवढी मजेदार का बरं वाटली? तिचा बिचारीचा दोष असेल किंवा नसेलही आणि असलाही तरी यात काय पुरुषार्थ आहे, की तिचं मन नाही जिंकता आलं तर तिचं नाकच कापून टाकावं, असं वाटतं, की ही बातमी ऐकल्यावर या लोकांच्या पुरुषार्थाला जाग आली असावी.''

रतनला हसू आले तिच्या बोलण्याचं. ते असंच बोलत राहिले असते, परंतु तेवढ्यात दोन मोटारी आणि एक कार आली. रतन तिकडे धावला.

''मी पण एक चक्कर टाकू? कदाचित...'' छल्लो म्हणाली.

“नको नको, तू थांब इथंच.”

“वेडा झालाय हा रतन, मी अशीच हातावर हात देऊन बसून राहिली तर...”

“मी सांगितलं ना, की आज मी तुझ्या सहा टोपल्या विकत घेणार आहे म्हणून.” रतन तिला चिडवत बोलला.

“नाही रतन, नाही. रोज रोज हे चांगलं नाही आणि आज तर माझ्या बाबांनी मला वीस टोपल्या विकायला सांगितलं.” असं म्हणत छल्लो मोटारीकडे निघून गेली, रतनही तिच्या पाठोपाठ गेला.

“अर्धा शेर मांस, कांदे, लसून, हिरवी मिरची, अदरक...” छल्लो विचार करीत होती, की आपल्या बाबांसाठी हे सगळं करता आलं, तर किती चांगलं होईल.

“कुणाला टोपली हवी असेल तर तो तोंड बघून घेत नसतो. थोडं कुणाशी हसून बोललं तर गिऱ्हाईक एकाच्याऐवजी दोन टोपल्या विकत घेते. ही लोट्यासारखा मख्ख चेहरा करते,” इत्यादी आईचे शब्द तिच्या कानात सुईसारखे टोचत होते.

मोटारीत बसलेल्या बाबूकडे पाहून तिला उगाचच वाटलं, की या जागी रतन बसलेला असता, तर ती किती आनंदी झाली असती. त्याचवेळी तिला जाणवलं की तिचा चेहरा लोट्यासारखा मख्ख नाहीच.

“बाबूजी, बघा, किती सुंदर टोपली आहे.”

“कोणती टोपली? मला टोपली नको आहे, मला तर फक्त सोडा आणि थोडा बर्फ पाहिजे आहे. जा त्या समोरच्या दुकानातून एका ग्लासात सोडा आणि बर्फ घेऊन ये.”

“सोडा अन् बर्फ.” छल्लोनं दुकानदाराला बाबूजीचा निरोप सांगितला. ती पुन्हा मोटारीजवळ आली. म्हणाली, “सुंदर टोपली आहे बाबूजी.”

छल्लोने आपली एक सुंदर टोपली मोटारीच्या काचातून पुढे सरकवली. बाबूने टोपलीकडे न पाहाता छल्लोकडे पाहात म्हणाला, “टोपली आहे सुंदर.”

“घ्या ना बाबूजी, फक्त सहा आणे.” असं म्हणताना छल्लोनं आपला चेहरा अधिकाधिक प्रसन्न ठेवण्याचा प्रयत्न केला. आपला चेहरा लोट्यासारखा मख्ख वाटू नये, याची पराकाष्ठा केली. समोरच्या दुकानातला मुलगा एक ग्लासातून सोडा आणि बर्फ घेऊन आला. बाबूनं आपल्या गाडीतली एक व्हिस्कीची बाटली उघडली. ग्लासात ओतून तिच्यात सोडा मिसळला. एक एक

घोट घेत म्हणाला, "फक्त सहा आणे?"

"होय बाबूजी, फक्त सहा आणे, दोन घेतल्या तर दहा आणे."

"आणि चार घेतल्या तर?"

"चार!" छल्लो आपल्या बोटांवर हिशोब करू लागली. त्याचबरोबर तिला आठवलं, की आपली आई बरोबर बोलते, 'कुणाशी जरा हसून बोललं, तर माल पटापट विकला जातो.'

बाबूनं आपला ग्लास संपवला. दुकानदाराच्या मुलाला पैसे देऊन गाडी सुरू केली.

"बाबूजी, टोपली." छल्लोची आशा विझू लागली होती.

"टोपली तर मी घेतली असती गं, पण माझ्याकडे सुटे पैसे नाहीत."

"मी समोरच्या दुकानातून नोट मोडून सुटे पैसे आणते ना." छल्लो घाईघाईत म्हणाली.

"या लहान दुकानावर एवढी मोठी नोट नाही तुटणार. माझ्याकडे सगळ्या शंभराच्या नोटा आहेत." छल्लोनं निराश होत आपल्या टोपल्या मागे घेतल्या.

"हं, एक करता येईल आपल्याला." बाबूनं विचाराअंती निर्णय घेतला. छल्लोची आशा पुन्हा पल्लवित झाली.

बाबू म्हणाला, "बाहेरच्या मोठ्या सडकेवर एक पेट्रोल पंप आहे. तिथं मी पेट्रोल भरून नोट तोडू शकतो."

"पण ते किती दूर आहे मला माहिती नाही."

"तू असं कर. माझ्या गाडीत तिथपर्यंत ये. या टोपल्या खरोखरच खूप चांगल्या आहेत, माझ्या मनात त्या पाहाताक्षणी भरल्या मी खूपशा. विकत घेईन."

बाबूनं मोटारीचा दरवाजा उघडला. छल्लोला आधी संकोच वाटला. त्याचवेळी तिला आपल्या बाबाचे शब्द आठवले... "छल्लो, माझी छम्मक छल्लो, बेटा आज तू माझी इच्छा पूर्ण कर. आज सगळ्या वीस टोपल्या विकून ये."

छल्लो जरा दबकतच गाडीत बसली. गाडी निघाली. वेगात धावू लागली. मोठ्या डांबरी सडकेवरून आता कच्च्या रस्त्यावर धावू लागली.

"बाबूजी, कुठं आहे पेट्रोल पंप?" छल्लो घाबरून म्हणाली. काही क्षणातच तिचा श्वास बाबूच्या घट्ट मिठीत गुदमरू लागला. तिनं झटापट केलीही. परंतु बाबूच्या ताकदीसमोर तिची हार झाली. जे व्हायचं ते घडून गेलं होतं.

जेव्हा तिला शुद्ध आली तेव्हा ती एका झाडाखाली अस्ताव्यस्त पडलेली होती. मोटार नव्हती की बाबूही नव्हता. तिनं आपल्या कपड्यांकडं पाहिलं. समोर विखुरलेल्या टोपल्यांकडे पाहिले. सगळं काही धुळीनं माखलेलं होतं.

टोपल्या उचलण्याचंही बळ तिच्यात उरलेलं नव्हतं. आपले शरीर कसंबसं तोलत ती त्या कच्च्या रस्त्यावरून पक्क्या सडकेवर आली. एका प्रवासी मोटारीतून करनालला, आपल्या गावात आली. गाडीवाल्यानं पैसे मागितले तेव्हा ती घाबरली. तिच्याकडे तर गाडीभाड्यापुरतेही पैसे नव्हते. तीन चार आणे होते तेवढेच.

तिनं ब्लाउजचा खिसा चाचपला. त्यात पैसे नव्हते. मात्र एक दहा रुपयाची नोट तिला खिशात मिळाली. तिला वाटलं, की या गाडीतून खाली उडी मारता आली आणि आपल्याला मरण आलं आणि या नोटेचे तुकडे तुकडे झाले, तर किती बरं होईल!

गाडीवाल्यानं ती विचारात असताना तिच्या हातातली दहा रुपयाची नोट घेतली, म्हणाला, ''गाडीभाडे तर पाच आणेच आहे. मात्र मी तुझी नोट तोडून देतो.'' त्यानं तसंच केलं. तिकिटाचं पाच आणे घेऊन बाकी पैसे तिच्या हातात दिले. छल्लोने ते यांत्रिकपणे खिशात टाकले.

''मोजून घे बरोबर.'' गाडीवाला म्हणाला. ती खिडकीच्या गजावर डोकं ठेवून झोपी गेली होती. गाडी करनालच्या अड्ड्यावर थांबली. छल्लो खाली उतरली. अर्धवट शुद्धीत असलेल्या अवस्थेत घराकडे निघाली. गल्लीच्या कोपऱ्यावर तिला मटनाचं दुकान दिसलं तशी तिची पावलं अडखळली.

''अर्धा शेर मांस.'' ती दुकानदाराला पैसे देत म्हणाली.

छल्लोनं स्वयंपाकघरात जेव्हा मटन आणि लसूण, कांदे, मिरची, अदरक ठेवले, तेव्हा तिच्या आईला कमालीचा आनंद झाला.

''छल्लो, आज किती टोपल्या विकल्यास तू?'' ती म्हणाली.

''सगळ्या ...'' छल्लो हळू आवाजात बोलली आणि तडक अंघोळीसाठी न्हाणीघराकडे वळली.

''तो रतन आला होता तुझ्याशी बोलायला.''

''बरं.'' तुटकपणे बोलत छल्लो न्हाणीघरात गेली. करतारो मटन शिजवण्याच्या कामात रमून गेली.

''बघ, आज हे घर घरासारखं वाटतंय ना. ज्या घरात खमंग फोडणीचा सुगंध नाही ते घर नाहीच. हो, असं धर्मसुद्धा सांगतो.'' छल्लोचा बाप हुकूमचंद

बोलत होता.

छल्लोकडे बघत कौतुकनं म्हणाला, ''छल्लो, माझी लाडकी छम्मक छल्लो.''

छल्लो स्वयंपाकघरातल्या जळत्या चुलीकडे बघत बसली होती. चुलीचं शरीर आतून-बाहेरून आगीत जळत होतं. वरती मटनाची पातेली खदखदत होती. छल्लोला वाटलं, की या पातेल्यात आपल्या मुखावरचं हसू जळून खाक होतं आहे.

''ऊठ बेटी छल्लो, नव्या टोपल्या विणायच्या आहेत. मी बांबूच्या पट्ट्या पाण्यात भिजवून ठेवलेल्या आहेत.'' करतारो म्हणाली.

आज तिनं छल्लोला ज्या आपुलकीने 'बेटी' म्हटलं तसं या आधी कधीच म्हटलं नव्हतं.

छल्लोनं हातांत बांबूच्या पट्ट्या घेतल्या तसा तिच्या मनात विचार आला. ''आजपासून या मातीत बांबू उगवतच राहातील, ज्यापासून टोपल्या बनवल्या जातील.''

आजपासून रतनला विकण्यासाठी पेपर छापले जाणार नाहीत आणि ही बातमीही छापली जाणार नाही, की एका निष्पाप मुलीची अब्रू लुटली.

◆ ◆ ◆

१२. कफन

झोपडीच्या दारात बाप घिसू आणि त्याचा मुलगा माधव एका शेकोटीजवळ मूकपणे बसलेले. झोपडीत मुलाची तरुण बायको बुधिया प्रसववेदनांनी अर्धमेली झालेली. अधूनमधून तिच्या मुखातून अशा जीवघेण्या किंकाळ्या बाहेर पडायच्या की, त्या दोघांच्याही काळजात कळ उठायची. थंडीचे दिवस होते. सृष्टीत भयाण भरून राहिलेली. सगळं गाव अंधाराची चादर पांघरून ढाराढूर झोपलेलं होतं.

घिसू म्हणाला, ''असं वाटतं की, ती काही आता वाचणार नाही. दिवसभर दमछाक झाली. आता रात्रही उलटून चालली आहे. ती बिचारी तडफडते अन् ओरडते आहे गुरासारखी. पण सुटायचं नाव घेत नाही रे बाबा. जा. बघून ये बघू जरा आणखी एकदा.''

माधव चिडून म्हणाला, ''मरायचंच असेल तर लवकर का मरत नाही एकदाची. पाहून तरी काय करू मी?'' त्याच्या आवाजात उद्विग्नता ठासून भरलेली होती.

''तू मोठा कठोर मनाचा आहेस रे, वर्षभर जिच्यासोबत मौज-मजा केलीस तिच्याशीच इतकी बेईमानी?

माझ्याच्यानं आता आणखी तिची तडफड अन् जिवाचे हाल बघवत नाहीत रे माधवा.''

घिसू एक दिवस काम करायचा आणि तीन दिवस आराम. माधव इतका आळशी होता, की अर्धा घंटा काम करायचा आणि एक घंटा चिलीम पीत बसायचा. यामुळे त्यांना मजुरी तरी कशी मिळणार? घरात मूठभर धान्य असलं की शपथ आहे, ते कामाला जातील. जेव्हा दोन-चार सांजेला उपवास घडेल-तेव्हा घिसू झाडावर चढून लाकडं तोडायचा आणि माधव ती बाजारात

नेऊन विकायचा आणि जोपर्यंत घरात पैसे असतील तोपर्यंत हे गावभर हिंडायचे.

गावात कामाची कमतरता होती असं नव्हे. शेतकऱ्यांचे गाव ते, कष्ट करणाऱ्याला कामाची वाण नव्हती. एक मागितलं तर पन्नास कामं मागे लागत होती. परंतु या दोघांना बोलावलं तर दोघांच्या कामाऐवजी एकाचं काम तरी पूर्ण करतील की नाही, अशी शंका यायची मनात आणि तेवढं केलं तरी समाधान मानायचे लोक. म्हणून काही ते दोघं साधू म्हणावे असे थोर थोडेच होते? साधू असते तर त्यांना स्वत:च्या समाधानासाठी संयम किंवा नियमांची गरज नसती. परंतु या दोघांची वृत्ती विचित्रच होती.

घरात मातीची चार-दोन गाडगी-मडकी तेवढी होती, जीर्ण फाटक्या वस्त्रानं लाज झाकून त्याचं जगणं सुरू होतं. जगणं कसलं? सरपटणं होतं ते. संसाराची चिंता नाही, कर्जाचा डोंगर वाढतच चाललेला. शिव्या खायच्या प्रसंगी मार खायचा आणि कशाचंही दु:ख मानायचं नाही, ही त्यांची निलाजरी वृत्ती.

ते एवढे लाचार आणि हीनदीन होते, की पैसे परत येण्याची सुतराम आशा नसताही लोक त्यांना दयेपोटी काही ना काही कर्ज द्यायचे. कधीकधी ते बटाटे किंवा वाटाण्याच्या हंगामात दुसऱ्यांच्या शेतातील बटाटे किंवा मटारच्या शेंगा आणून घरात खात बसायचे, कधी कुणाच्या शेतातील उस तोडून रात्री घरात बसून खायचे.

घिसूनं याच कद्रू वृत्तीनं जगत वयाची साठी पूर्ण केली होती आणि त्याचा दिवटा चिरंजीव माधव त्याच्या पावलावर पाऊल ठेवून त्याचा वारसा चालवीत होता. किंबहुना त्याचं नाव अशा प्रकारे उज्ज्वल करीत होता. आतासुद्धा ते शेकोटीजवळ बसून बटाटे भाजून खात होते, ते कुणाच्या तरी शेतातून चोरून आणलेले होते.

घिसूच्या पत्नीचं बऱ्याच दिवसांपूर्वी देहावसान झालं होतं. माधवचं लग्न मागील वर्षी झालं होतं. जेव्हापासून ही लक्ष्मी घरात आली तेव्हापासून या दोघांच्या या नरकावर पडदा टाकून ती स्वर्गाचं रूप देण्याचा प्रयत्न करीत होती. परंतु ती आल्यापासून हे अधिकाधिक आळशी होत गेले. विशेष म्हणजे तिच्यासमोर ते फुकटचा ताठा व गर्व मिरवीत होते. कुणी काम सांगायला आला, तर ते टाळण्यासाठी मुद्दामहून दुप्पट मजुरी सांगत होते. ती साध्वी गृहलक्ष्मी आज प्रसव वेदनांनी घायाळ होत मृत्यूच्या दारात उभी होती. हे दोघं कदाचित याच आशेवर होते, की ती मरून जावी म्हणजे आपल्याला आरामात राहाता येईल.

घिसूनं शेकोटीतून एक बटाटा काढून छिलायला घेतला आणि म्हणाला, ''जा बघू, बघ काय दशा आहे त्या हडळीची? कदाचित मेली असेल, आणखी

काय होणार!''

माधवाला भीती वाटत होती की आपण आत गेल्यावर हा म्हातारा एक संपूर्ण बटाटा खाऊन टाकील. म्हणून आढेवेढे घेत म्हणाला, ''मला घरात जाण्याची भीती वाटते.''

''भीती कशाची? मी आहे ना इथं.''

''मग तुम्हीच जाऊन बघा ना.''

माझी बायको जेव्हा मेली होती, तेव्हा मी तीन दिवस तिच्यापासून हललो नव्हतो. शिवाय हिला माझी लाज वाटणार नाही का? जिचा चेहरा कधी मी नीट पाहिला नाही तिचे उघडे शरीर मी बघू काय मूर्खा? तिला ना शरीराची शुद्ध नसेल की मनाची. मला पाहून तर ती हातपायसुद्धा मोकळेपणानं हलवू शकणार नाही.''

''मी विचार करतो की कदाचित बाळ जन्माला आलं असेल, तर काय करायचे? घरात सुंठ, गूळ, तेल, काहीच तर शिल्लक नाही.''

''सर्व काही मिळून जाईल ईश्वराच्या मनात असेल तर. जे लोक आज एक पैसा द्यायला राजी नाहीत, तेच उद्या आपल्याला बोलावून पैसे देतील. माझे नऊ पुत्र झालेत. घरात प्रत्येकवेळी काहीच नव्हतं. परंतु ईश्वरानं कशा ना कशा प्रकारे नेलंच ना निभावून!''

ज्या समाजात रात्रंदिवस काबाडकष्ट करण्याची स्थिती त्यांच्यापेक्षा चांगली नव्हती आणि शेतकऱ्यांच्या तुलनेत हे लोक, की जे शेतकऱ्यांच्या दुर्बलतेचा फायदा उठवायला बघत होते, ते जास्त समृद्ध होते, तिथं अशा प्रकारचे विचार जन्म घेणार, यात आश्चर्य वाटायला नको.

असं म्हणायला हरकत नसावी की घिसू हा त्या विचारशून्यांच्या झुंडीत सहभागी होण्याऐवजी कुत्सित व रिकामटेकड्या कंपूमध्ये जाऊन मिळाला होता. हे मात्र खरं, की अशा गावगप्पा करीत निष्क्रिय बरसणाऱ्या नीतिनियमांची त्याला फारशी कल्पना नव्हती. अशा मंडळींतले काही लोक गावाचे सरपंच-सुद्धा झालेले होते, त्यांच्यावर सतत आरोपही होत असत. त्याला वाटायचं, की तो जरी कंगाल जीवन जगत असला तरी या शेती कसणाऱ्यांसारखी जीवघेणी मेहनत तर त्याला करावा लागत नाही आणि यांचा जसा गैरफायदा इतर लोक उठवतात तसा आपला तर उठवत नाही. दुःखातही सूख मानायची त्याची ही कल्पना भन्नाटच म्हणायला हवी.

दोघंही जळत्या शेकोटीतून गरम गरम बटाटे काढून खात होते. कालपासून त्यांच्या पोटात अन्नाचा कण नव्हता. जरा थंड करून खाण्याचीही त्यांना फुरसत

नव्हती. अनेकदा तर त्यांची जीभ भाजली. बटाटा बाहेरच्या सालपटावरून गरम वाटत नसला, तरी आतला गर दाताखाली येताच जीभ व तोंडाचा वरचा भाग भाजून काढायचा. या निखाऱ्याला तोंडात घोळवण्यापेक्षा तो लवकरात लवकर आत ढकलणं जास्त फायद्याचं होतं. मात्र या प्रयत्नात त्यांच्या डोळ्यांतून अश्रू निघायचे, हा भाग वेगळा.

घिसूला वीस वर्षापूर्वीची ठाकुरांची वरात आठवली. त्यावेळी त्याच्या जिभेची जी तृप्ती झाली ती आजतागायत नंतर त्यानं कधी अनुभवली नव्हती. ती आठवण अजूनही ताजी आहे.

तो म्हणाला, ''ते जेवण मी कधीच विसरू शकत नाही. त्यानंतर एवढं रुचकर आणि पोटभर जेवण मिळालं नाही. मुलीवाल्यांनी सर्व वऱ्हाडाला शुद्ध तुपाच्या पुऱ्या भरपूर खाऊ घातल्या होत्या. चटणी, रायतं, तीन प्रकारच्या मोकळ्या भाज्या, एक रस्सेदार भाजी, दही, मिठाई. आणखी काय काय सांगावं की त्या जेवणात किती प्रकारच्या चवी होत्या. आग्रहानं वाढत होते. जे हवं ते मिळत होते.

''लोकांनी एवढं खाल्लं, एवढं खाल्लं, की पाणी प्यायलाही पोटात जागा उरली नव्हती. वाढपी लोक पानात कचोरी वाढताना, नाही नाही म्हणताही देतच होते. शेवटी तोंड धुतल्यावर इलायची पान मिळालं होतं. परंतु मला पानासाठी उठणं सुद्धा जमत नव्हतं. उभं राहायला कष्ट पडत होते, कसाबसा उठून मी सरळ ताणून दिली होती, असा दिलदार माणूस होता ठाकूर.''

माधवनं या पदार्थांचा मनातल्या मनात आनंद घेतला. म्हणाला, ''आता आपल्याला असं जेवण कुणी खाऊ घालीत नाही.''

''आता कोण कशाला खाऊ घालील? तो जमाना वेगळा होता. आता तर सगळ्यांना आपापला फायदा पाहायला हवा. लग्नकार्यात खर्च करू नका, पितरांच्या क्रियाकर्मात खर्च करू नका. विचारा त्यांना की गरिबांचं लुटून कुठं न्याल शेवटी. गोळा करायला हवं आणि खर्च मात्र करू नका.''

''तुम्ही वीस पुऱ्या खाल्ल्या असतील.''

''वीसपेक्षा जास्त खाल्ल्या होत्या.''

''मी पन्नास खाल्ल्या असत्या.''

''पन्नास तर मीसुद्धा खाल्ल्या असतील. चांगला मजबूत गडी होतो मी. तू तर माझ्यापेक्षा अर्धासुद्धा नाहीस.''

बटाटे खाऊन दोघांनीही पाणी प्यायलं आणि धोतर पांघरूण शेकोटीजवळच

पोटाशी पाय घेऊन दोघंही ढाराढूर झोपले. जणू काही दोन सुस्त अजगर वेटोळी करून पडलेले आहेत. बुधिया अजूनही अतीव वेदनेनं आत तळमळत होती.

सकाळी माधवनं आत जाऊन पाहिले, तर त्याची बायको बुधियाचं शरीर थंड पडलं होतं. तिच्या तोंडावर माशा भणभणत होत्या. दगड बनलेल्या डोळ्यांची बुबुळं वरच्या भागाला सरकली होती. तिच्या सर्वांगावर धूळ होती. तिच्या पोटात मूल मरून गेलं होतं.

माधव धावतच घिसूजवळ आला आणि ते दोघंही छाती पिटून जोरजोरात रडायला लागले. शेजाऱ्यांनी यांचा आरडाओरडा ऐकून यांच्या घराकडे धाव घेतली. रीतीरिवाजानुसार शेजारधर्म निभवत ते या दोघां अभाग्यांचे सांत्वन करू लागले. आता जास्त रडण्या ओरडण्यासाठी वेळ नव्हता. प्रेतावर टाकायला वस्त्र म्हणजे कफन आणि जाळायला लाकडांची सोय लावणं भाग होतं. घरात तर एक छदामही नव्हता.

बाप व मुलगा दोघंही गावच्या जमीनदाराकडे गेले. जमीनदार या दोघांची घृणा करीत होते. कित्येकदा त्यांनी यांना चांगला चोप दिला होता. चोरीसाठी कबूल करूनही कामावर न येण्यासाठी यांचा बरेचदा पाणउतारा केला होता. ते म्हणाले, "का रे, काय झालं? का बोंबलताय? आजकाल कुठं दिसत नाहीत तुम्ही? काय या गावात राहायचा विचार नाही काय?"

घिसूनं जमिनीला मस्तक लावीत डोळ्यांत अश्रू आणून म्हटलं,

"सावकार, मोठ्या संकटात सापडलो आहोत आम्ही. माधवची बायको रात्री हे जग सोडून देवाघरी गेली. रात्रभर तडफडत होती बिचारी. आम्ही दोघंही तिच्या उशाशी बसून होतो रात्रभर, औषधपाणी जे काही शक्य होईल ते सर्व केलं. परंतु ती धोका देऊन निघून गेली. आता तर आमच्या भाकरीची पंचाइत झाली, घर उद्ध्वस्त झालं. आम्ही आपले गुलाम आहोत सावकार. आपल्याशिवाय तिच्या मूठमातीचं कोण मार्गी लावणार?

"आमच्या हातात जेवढं होतं तेवढं तिच्या औषधपाण्यात खर्च करून टाकलं. सावकारांची दया झाली, तर तिची तिरडी उचलता येईल आता. तुमच्याशिवाय आम्हाला कोण आहे सावकार, आम्ही कुणाच्या दारा जावं?" घिसूच्या बोलण्यात कमालीची विनम्रता होती.

जमीनदार दयाळू होते. परंतु या घिसूसारख्या निर्लज्ज माणसावर दया करणं म्हणजे काळ्या घोंगडीवर काळा रंग लावण्यासारखंच होतं. त्यांच्या मनात आलं की याला म्हणावं, 'चल दूर हो माझ्या नजरेसमोरून, एरवी बोलावणे

धाडल्यावरही येत नाहीस आणि आता गरज पडली, तर आला खुशामत करायला हरामखोर कुठला, बदमाश.'

परंतु ही वेळ रागावण्याची किंवा शिक्षा करण्याची नव्हती. मनात नसूनही त्यांनी त्याच्या अंगावर दोन रुपये फेकले. मात्र सांत्वनपर एक शब्दही त्यांच्या मुखातून बाहेर पडला नाही. त्याच्याकडे ढुंकूनही न बघता ते घरात निघून गेले. एखादं नकोसं ओझं मानेवरून उतरल्यासारखं त्यांना क्षणभर बरं वाटले.

जमीनदारसाहेबांनी दोन रुपये दिले म्हटल्यावर गावातल्या इतर दुकानदार मंडळींनी आणि सधन शेतकरी मंडळींनीही चार आणे, दोन आणे त्याच्या हातावर ठेवले. घिसू जमीनदाराच्या नावाची दवंडी गावभर देत फिरला. त्यामुळे एका घंट्यात त्याच्याकडे पाच रुपयाची घसघशीत रक्कम जमा झाली. कुणी धान्य दिलं, कुणी लाकडं दिली.

दुपारी माधव आणि घिसू बाजारातून कफन आणायला निघाले. इकडे काही लोकांनी बांबू तोडून तिरडी बांधायला घेतली होती. गावातील स्त्रिया येऊन बुधियाचं निश्चल प्रेत पाहून दोन अश्रू ढाळून परत फिरत होत्या.

बाजारात पोहोचताच घिसू म्हणाला, ''लाकडं तर तिला जाळण्यास पुरून उरतील इतकी मिळाली आहेत. नाही का रे माधव?''

माधव म्हणाला, ''होय, आता बस, कफन पाहिजे.''

''तर चल मग एखादं हलकसं कफन घेऊन टाकू.''

''होय, महागडं कशाला हवं. एरवी स्मशानात जाईपर्यंत रात्र होईल. रात्रीचं कोण बघतं हलकं की भारी ते.''

''कसले कसले रीतीरिवाज हे. जित्याजागत्यापणी शरीर झाकायला कपडा मिळत नाही आणि मेल्यावर नवीन कापड पाहिजे, कशाला? कफन प्रेतासोबत जळूनच तर जाणार आहे.''

''काय ठेवलेलं नाही या रीतीरिवाजात. हेच पाच रुपये आधी मिळाले असते, तर तिला औषधपाणी तरी करता आलं असतं.''

ते दोघं एकमेकांच्या मनाचा अंदाज घेत बोलत होते. बाजारात उगाच इकडून तिकडे फिरत होते. कधी या दुकानावर तर कधी त्या दुकानवर, निरनिराळ्या प्रकारचे काही रेशमी, तर काही सुती कपडे पाहिले, परंतु कुठलंच त्यांना आवडलं नाही. असं करता करता संध्याकाळ झाली.

आणि कुठून कशी दैवी प्रेरणा झाली आणि ते एका दारू दुकानाच्यासमोर येऊन थांबले आणि काही आधीच ठरविल्याप्रमाणे आत घुसले. आता काय

करावं या विचारात दोघंही एकमेकांसमोर बराच वेळ उभे होते.

नंतर घिसूने दुकानदारापाशी जाऊन एका बाटलीची मागणी नोंदवली. सोबतच तळलेले मासे आणि आणखी काही नमकीन मागवले. अत्यंत शांततापूर्ण वातावरण त्यांचं पिणं सुरू झाले. दोन दोन पेग पोटात रिचवल्यानंतर त्यांना कंठ फुटू लागला.

घिसू म्हणाला, ''कफन प्रेतावर घालून तरी काय मिळतं? शेवटी ते जळतेच ना. सूनबाईसोबत तर जात नाही ना!''

माधव आभाळाकडे नजर लावीत जणू काही आभाळातल्या देवांना आपल्या निष्पापतेचे साक्षीदार नेमून म्हणाला,

''परंतु जगाचा व समाजाचा नियम आहे हा, ती परंपरा आहे. उगाच नाही लोक मेलेल्याच्या आत्म्याला शांती मिळण्यासाठी ब्राह्मणाला हजार रुपये अन् काय काय दान देतात. हे मात्र खरं की परलोकात ते त्यांना मिळतात की नाही हे कोण सांगणार?''

''अरे बाबा, मोठ्या लोकांकडे पुष्कळ धन असतं. त्यांना टाकू दे फुकून. आपल्याकडे काय आहे फुकायला?''

''परंतु आपण लोकांना काय उत्तर देणार. लोक म्हणतील, कफन कुठं आहे? काय सांगणार आपण?''

घिसू हसला आणि म्हणाला, ''अबे, सांगून टाकू की पैसे कमरेला धोतराच्या गुड्यात ठेवलेले होते ते कधी कुठं पडले ते कळलंच नाही. खूप शोधले परंतु पैसे मिळालेच नाही. लोकांना विश्वास वाटेल अन् ते पुन्हा पैसे देतील आपल्याला.''

माधव मनोमन हसला बुधियाच्या सौभाग्यावर, मनातच बोलला ''खूप चांगली होती बिचारी बुधिया. मेली तीसुद्धा आम्हाला खूप चांगलं खाऊ घालून आणि दारू पाजून.''

अर्धी बाटली संपली होती. घिसूनं आणखी खायला मागवलं. चटणी आणि कलेजी मागवली. दारूच्या दुकानासमोरच ही दुकानं होती. माधव लगबगीनं हे सगळं तिथून घेऊन आला होता. पूर्ण दीड रुपया खर्च झाला होता. थोडे पैसे अजूनही शिल्लक होते.

दोघंही शांतपणे चमचमीत पदार्थांचा आणि दारूचा स्वाद घेत होते. जणू काही जंगलचा राजा आपल्या शिकारीवर शांतपणे ताव मारीत आहे. त्यांना ना कुणाला उत्तरं देण्याची काळजी होती, की बदनामीची चिंता. या सर्व भावनांवर

त्यांनी कधीचाच विजय मिळवला होता.

घिसू मानभावीपणे म्हणाला. ''खाऊनपिऊन आपला आत्मा शांत होत असेल, तर याचं तिला पुण्य मिळणारच की.''

माधवनं मान खाली करून तिच्या आत्म्याला नमन केल्यासारखा अभिनय केला व म्हणाला ''जरूर, जरूर, का नाही मिळणार? मिळायलाच पाहिजे.''

आभाळाकडे बघत मनातल्या मनात तो पुटपुटला, ''हे ईश्वरा, तू सर्वज्ञानी आहेस, तू अंर्तज्ञानी आहेस. तिला वैकुंठला घेऊन जा रे बाबा. आम्ही दोघंही तिला अंत:करणापासून आशीर्वाद देत आहोत. आज तिच्यामुळे आम्हाला जे स्वादिष्ट जेवण मिळाले तसे या जन्मात मिळालं नव्हतं.''

त्या क्षणाच्या नंतर माधवच्या मनात एक शंका उत्पन्न झाली. म्हणाला ''काय दादा, आपणसुद्धा एक दिवस तिथं जाणारच आहोत ना!''

घिसूनं यावर उत्तर देण्याचं टाळले. उगाच परलोकाच्या गोष्टीत अडकून पडण्याचा त्याचा इरादा नव्हता. त्यातून निष्पन्न तर काही निघणारच नाही; उलट आपल्या आनंदात अडसर मात्र निर्माण होईल.

''तिथं ती भेटेल आणि विचारेल की, 'तुम्ही मला कफन का दिलं नव्हते?' तर काय सांगणार?''

''तू असं का समजतोस माधव, की तिला कफन मिळणार नाही म्हणून? तू मला गाढव समजतोस काय रे. साठ वर्षांचा अनुभव आहे माझ्या गाठीशी. हे डोईवरचे केस पांढरे झाले ते काही उन्हात तापल्यामुळे नव्हे. तिला कफन मिळेल, जरूर मिळेल आणि चांगले मिळेल.''

माधव म्हणाला, ''कोण देईल? सगळे पैसे तर आपण उडवले दारूत अन् खाण्यापिण्यात. ती तर मलाच विचारेल, कारण मी तिच्या गळ्यात मंगळसूत्र बांधलेलं आहे, तिच्या कपाळावर माझ्याच नावाचं कुंकू आहे.''

घिसू गरम होत बोलला, ''मी म्हणतो की तिला कफन मिळेल म्हणजे मिळेल, तू ऐकत का नाहीस.''

''कोण देईल? सांगत का नाही?''

''तेच लोक देतील ज्यांनी आता पैसे दिले. पैसे आपल्याच हातात येतील.''

आता अंधार पडू लागला होता. आभाळातले तारे चमकू लागले, होते. दारूखान्यातही उत्साह वाढू लागला होता. कुणी गात होता, कुणी नाचत होता. कुणी आपल्या जिवलग मित्राच्या गळ्यात गळा घालून मनातलं बोलत होता.

वातावरणात थंडावा आला होता आणि हवेला नशा चढली होती. एकेक

पेग पोटात गेल्यावर मस्तीला बहर येत होता. दारूपेक्षाही इथली हवा मादक होती. आयुष्यातील संकटं त्यांना इथंवर आणून सोडत होती. इथं येणारे काही क्षण विसरून जात होते की आपण जगतो आहोत की मरतो आहोत. किंबहुना जगतही नाही आणि मरतही नाही. काय नेमकं हे कुणालाच कळत नव्हतं.

हे दोन बाप-बेटे मजेत दारूचा आस्वाद घेत होते. त्यांच्या मधोमध एक अख्खी दारूची बाटली बघून इतर त्यांचा हेवा करीत होते व त्यांना भाग्यवान समजत होते. त्यांनी भरपूर खाऊन उरलेलं एका भिकाऱ्याला देऊन टाकलं.

आयुष्यात कुणाला काही देण्यातला आनंद त्यांनी आज अनुभवला होता. घिसू त्या भिकाऱ्याला म्हणाला, ''घे बेटा, खूप खा. मजा कर आणि आशीर्वाद दे. जिच्या कमाईचं खातोस ती तर गेली मरून. परंतु तुझा आशीर्वाद तिला नक्की पोहोचेल. डोळ्यांत अश्रू आणून आशीर्वाद दे. मोठ्या मेहनतीचे पैसे आहेत व त्यातूनच हे विकत घेतलेलं आहे. जा, सुखी रहा.''

माधव पुन्हा एकदा आभाळाकडे बघत म्हणाला, ''ती वैकुंठाला जाईल बाबा, वैकुंठाची राणी होईल. नक्कीच.''

घिसू उठून उभा राहिला आणि मोठ्या उत्साहाच्या लहरीवर स्वार होत म्हणाला, ''होय बेटा, ती वैकुंठात जाईल. कुणाला तिनं त्रास दिला नाही की कुणाशी भांडली नाही, मरतानाही आमची आयुष्यातली खाण्यापिण्याची इच्छा पूर्ण करून गेली.

''ती वैकुंठाला जाणार नाही तर काय. हे मोठ्या पोटावाले लोक जातील जे गरिबांना लुटून पापं करतात आणि गंगेत डुबकी मारून व मंदिरात जलभिषेक करून आपली पापं धुण्याचा प्रयत्न करतात.''

दोघंही श्रद्धेच्या अथांग सागरात डुंबत होते. तो रंग लवकरच उडाला. नशेचे वैशिष्ट्यच अस्थिरता आहे. लगेच दुःख आणि निराशेचं जाळे त्यांच्यावर पसरलं.

माधव म्हणाला, ''परंतु दादा, त्या बिचारीनं आयुष्यात बरीच दुःखं भोगली हो. ती दुःखातच मरून गेली.''

माधव आपले दोन्ही होत डोळ्यांवर धरून ओक्साबोक्सी रडायला लागला. घिसूने त्याला समजावण्याचा प्रयत्न केला. म्हणाला, ''खूश हो बेटा कशाला रडतोस. ती या मायाजालातून मुक्त झाली. सुटली या जंजाळातून. मोठी भाग्यवान आहे ती. इतक्या लवकर तिला या माया-मोहाच्या बंधनातून मुक्ती मिळाली.'' दोघंही उभं राहून एकसुरात गाऊ लागले...

''ठगिनी क्यों नैना झमकावे! ठगिनी!''

इतर नशेखोरांचे डोळे यांच्याकडेच लागलेले होते. याचा यांना गंधही नव्हता. हे आपल्या मस्तीत गात होते, नाचत होते, सर्वत्र धिंगाणा सुरू झाला होता. गाता गाता नाचताना ते अंगविक्षेप करीत होते, धडपडत होते, पडत होते. निरनिराळे अभिनय करीत अचकट-विचकट बोलत अखेरीस ते बेशुद्ध अवस्थेत तिथंच पडून राहिले. रात्र उलटून चालली होती.

◆ ◆ ◆

१३. लेखक

भल्या पहाटे महाशय प्रवीण यांनी किमान वीस वेळा तरी उकळलेला चहा पुन्हा एकदा गरम करून एक कप तयार केला; आणि साखर व दूध न घालताच पिऊन टाकला. हीच जणू त्यांची सकाळची न्याहारी होती. कित्येक महिन्यांपासून दूध व साखर घातलेला गोड स्वादिष्ट चहा मिळाला नव्हता. दूध व साखर या गोष्टी त्यांच्यासाठी आवश्यक पदार्थांच्या यादीत येत नव्हत्याच.

ते घरात पत्नीकडे पैसे मागण्याकरता गेले जरूर, परंतु पत्नीला फाटक्या जीर्ण वस्त्रातही गाढ झोपलेली पाहून तिला उठवण्याचं त्यांना प्रशस्त वाटलं नाही. त्यांना वाटलं, बिचारी आधीच सर्दी-पडश्यानं आजारी आहे. रात्री लवकर झोप आली नसेल आणि आता कुठं डोळ्यांला डोळा लागला असेल. तिची झोपमोड करणं योग्य होणार नाही. ते उलटपावली परत आले.

चहा पिऊन त्यांनी दौत-टाक समोर घेतली आणि नवीन पुस्तक लिहायला घेतलं. लिहिताना ते तल्लीन होऊन गेले. त्यांना वाटलं, या शताब्दीतील हे सर्वांत चांगलं पुस्तक होणार. या पुस्तकाच्या प्रकाशनानंतर आता सर्वपरिचित नसलेला हा लेखक प्रकाशझोतात येणार आणि त्याच्या नावाचा डंका सर्वदूर पोहोचणार. त्याची प्रसिद्धीच सुख समृद्धीची दारं खुली करेल.

अर्ध्या तासानं त्यांची पत्नी डोळे चोळत आली आणि म्हणाली, ''काय, तुमचा चहा पिऊन झाला?''

प्रवीणजी म्हणाले, ''होय, आताच पिऊन टाकला. खूप चांगला झाला होता चहा.''

''पण दूध अन् साखर कुठून आणली?''

"दूध अन् साखर, तर कैक दिवसांत पाहिली नाही. मला आजकाल साधा चहाच आवडतो. दूध अन् साखर घातली, की चहाची चव बिघडते. डॉक्टरसुद्धा साधा चहा पिण्याचाच सल्ला देतात. युरोपात तर दूध घालण्याची पद्धतच नाही. हे तर आपल्या इथल्या गोड प्रिय असलेल्या श्रीमंतांच्या जिभेचे चोचले आहेत."

"कुणास ठाऊक तुम्हाला फिका चहा कसा काय गोड लागतो! मला उठवलं असतं तर! शिवाय पैसे तर ठेवले होतेच ना."

प्रवीणजी पुन्हा लिहायला बसले. तरुणपणापासून त्यांना हा लिहिण्याचा रोग लागला होता आणि वीस वर्षांपासून तो त्यांनी अंगात मुरवला होता. या रोगामुळे शरीर घटलं, आरोग्य बिघडलं अणि चाळीसच्या वयात ते म्हातारे दिसू लागले. परंतु हा असाध्य रोग आहे, त्यावर इलाज नाही.

सूर्योदयापासून अर्ध्या रात्रीपर्यंत हा सरस्वतीचा उपासक, आपल्याच जगात हरवलेला, सर्व जगापासून तोंड फिरवलेला, आपल्या अंत:करणातील फुलं आणि शब्दांचा नैवेद्य दाखवून तिच्याच भक्तीत रमला. परंतु भारतात सरस्वतीची उपासना म्हणजे लक्ष्मीची अभक्ती आहे. त्या दोघी एकत्र सहसा नांदत नाहीत म्हणतात.

या लेखकाला मन तर एकच होतं. एका मनानं तो दोघींना कसं प्रसन्न करू शकेल? दोघींकडून वरदान कसं प्राप्त करणार? आणि लक्ष्मीची अवकृपा ही केवळ त्याच्या घरात धनाचा अभाव असणं एवढ्यापुरतीच मर्यादित नव्हती. तिचा सर्वांत निर्दय खेळ असा होता, की निरनिराळ्या वर्तमानपत्रांचे अथवा मासिकांचे संपादक कधीच उदार मनानं मानधनाचे दान त्यांच्या पदरात टाकत नव्हते.

कदाचित सगळ्या जगानंच त्यांच्याविरुद्ध षड्यंत्र रचलेलं असावं. संपत्तीच्या सततच्या अभावामुळे त्यांचा आत्मविश्वास जणू कमी होत चालला होता; कदाचित त्यांना असंही वाटू लागलं असेल, की त्यांच्या कवितेत प्रतिभेचा काहीच अंश नाही आणि ही भावना त्यांच्या अंत:करणाला चरे पाडीत असावी. हे दुर्लभ मानवीजीवन असंच नष्ट होतं की काय, अशी भीतीही त्याच्या मनात घर करून राहिली होती.

जगानं त्यांचा यथोचित सन्मान केला नाही ही वस्तुस्थिती होतीच, परंतु त्यांच्या कवितेत दम नव्हता असंही नाही. जीवनातील गरजा त्यांनी कमी करीत आणल्या होत्या. आता तर ते एखाद्या संन्याशासारखं जीवन जगत होते.

त्यातल्या त्यात आनंदाची बाब एवढीच होती, की त्याची धर्मपत्नी त्याग भावनेत दोन पावलं त्यांच्यापुढेच होती.

सुमित्रा अशा अवस्थेतही प्रसन्न असायची. प्रवीणजींना भलेही जगाविषयी घृणा असेल, परंतु सुमित्रा त्यांना समाजाकडून होणाऱ्या उपेक्षेपासून वाचवीत होती. आपल्या नशिबाचं रडगाणं तिनं कधीच गायलं नाही.

सुमित्राने त्याच्यासमोर पडलेला चहाचा कप हातात घेतला आणि आत जाता जाता म्हणाली, ''जरा एखादा घंटा बाहेर मोकळ्या हवेत फिरून या ना. जरी कितीही काम केलं, तरी योग्य तो परिणाम साधत नाही, हे कळलंच आहे, तर उगाच कशाला ही डोकेफोड करीत आहात?''

प्रवीणजी डोके वर न करता हातातील लेखणी चालवत म्हणाले, ''लिहिण्यामुळे निदान एवढं तरी समाधान मिळतं, की मी काहीतरी करतो आहे. फिरायला जाणं म्हणजे माझ्या मते केवळ वेळेचा दुरुपयोग करणं आहे.''

''कमाल आहे, ही एवढी माणसं रोज रस्त्याने ताजी हवा खाण्यासाठी फिरायला जातात, ते काय वेळेचा दुरुपयोग करतात, असं म्हणायाचं आहे काय तुम्हाला?''

''परंतु त्यांच्यात बरेच लोक असे आहेत, की त्यांच्या या फालतू फिरण्यामुळे त्यांच्या मिळकतीत काहीच कमी होत नाही. बरेच लोक सरकारी नोकर आहेत, त्यांचा मासिक पगार सुरूच असतो. काही लोक असे आहेत, की समाज त्यांचा आदर करतो. मी तर गिरणी कामगारांसारखा मजूर. मजुराला कधी हवा खाताना पाहिले आहेस काय तू?

''ज्यांना अन्नाची कमतरता नाही त्यांनाच हवा खाण्याचीही आवश्यकता असते. जे अर्धपोटी राहातात ते हवा खाण्यासाठी जात नाहीत, ज्यांच्या जीवनात आरोग्य आणि आनंद आहे, त्यांनाच त्याच्यात आणखी वाढ हवी असते. माझ्यासाठी तर हे आयुष्य म्हणजे एक ओझं आहे. या ओझ्याला आणखी काही दिवस वाहून नेण्याची अभिलाषा मी धरत नाही.''

हे निराशाजनक शब्द ऐकताना सुमित्राच्या डोळ्यांत अश्रू आले. ती तडक आत निघून गेली. तिचं मन मात्र सांगत होतं, की या तपस्वी लेखकाची कीर्ती एक ना एक दिवस चंद्रप्रकाशासारखी सर्वदूर पसरेल. लक्ष्मीची कृपा होईल न होईल, परंतु प्रवीण महाशय निराशेच्या अशा टोकापर्यंत पोहोचले होते, की विरुद्ध दिशेला होत असलेल्या उषेची लाली बघायला त्यांना सुचत नव्हतं.

गावातील एका श्रीमंत राजेसाहेबांकडे मोठा आनंदोत्सव आहे. त्यांनी प्रवीण महोदयांनाही आमंत्रित केलं आहे. त्यामुळे आज त्यांचं मन आनंदानं उचंबळलं आहे. आज सर्व दिवसभर ते याच कल्पनेत मग्न आहेत. राजेसाहेब कोणत्या शब्दांत त्यांचं स्वागत करतील आणि ते कोणत्या शब्दांत राजेसाहेबांना धन्यवाद देतील, कोणत्या विषयावर त्यांच्यात चर्चा होईल; आणि कोणकोणत्या ज्येष्ठ-श्रेष्ठ व्यक्तींशी त्यांचा परिचय होईल, या विषयीच्या कल्पनेच्या आनंदात आजचा दिवस सरत आला आहे.

या प्रसंगावर त्यांनी एक कवितासुद्धा केली. या कवितेत त्यांनी जीवनाला सुंदर बगिच्याची उपमा दिली. आपल्या सर्व धारणा आणि तत्त्वांची त्यांनी उपेक्षा केली. कारण इतरांच्या भावनेला धक्का पोहोचवायचा नाही, असंच त्यांनी मनोमन ठरवलं होतं.

दुपारीच त्यांनी तयारी सुरू केली. गुळगुळीत दाढी केली, सुवासिक साबणानं अंघोळ केली, सुगंधी तेल केसाला लावले. अडचण होती ती पोशाखाची. कित्येक वर्षांपूर्वी एक सफारी सूट शिवला होता. त्याची अवस्था त्यांच्याइतकीच जीर्ण झाली होती. थोड्याशा थंडी किंवा गरमीमुळे त्यांना जसा खोकला किंवा डोकेदुखी व्हायची; तसेच त्या सफारी सुटाचं काम नाजूक झालं होतं. काय करणार? त्याचंही वय झालं होतं. त्यावरची धूळ झटकून तोच सूट घालून जायचं त्यांनी ठरवले.

सुमित्रा म्हणाली, "तुम्ही विनाकारण निमंत्रणाचा स्वीकार केला. सांगायचं होतं, की माझी प्रकृती ठीक नाही म्हणून. अशा जीर्ण जुन्या कापडात जाणं चांगलं आहे का?"

प्रवीण गंभीरतेचा आव आणून म्हणाले, "ज्यांना परमेश्वराने हृदय आणि पारख करण्याचं ज्ञान दिलेलं आहे ते पोषाखाकडे बघत नाहीत. माणसांचं चरित्र बघतात ते. शेवटी यात काही ना काही तर असेलच, की राजेसाहेबांनी मला निमंत्रण दिलं. मी काही कुणी जहागीरदार नाही की वतनदार नाही, कुणी जमीनदार नाही की मोठा ठेकेदार नाही, मी एक साधारण लेखक आहे. लेखकाची किंमत ही त्याच्या लिखाणावर असते. माझं लिखाण दर्जेदार आहे यात काही संशय नाही. म्हणून मला कुणापुढे मान खाली घालण्याची आवश्यकता नाही."

सुमित्राला त्यांच्या सरळ स्वभावाची दया आली. म्हणाली, "तुम्ही कल्पनेच्या जगात वावरता प्रत्यक्ष जीवनापासून फारकत घेतली आहे. मी तर म्हणते की राजेसाहेबांकडे येणाऱ्या लोकांची नजर प्रथम पोशाखावरच पडेल. सरळपणा ही

चांगली गोष्ट आहे जरूर, परंतु याचा अर्थ असा नाही, की माणसानं अगदी कलंदर व्हावं.''

प्रवीण महाशयांना या बोलण्यात थोडं तथ्य वाटलं. विद्वान लोकांसारखी आपली चूक कबूल करण्याची त्यांचीही दानत होती. ते म्हणाले, ''मान्य आहे. म्हणून मला असं वाटतं की जरा अंधार पडल्यावरच जावं.''

''मी तर म्हणते की जायचंच कशाला?'' सुमित्रा निश्चयपूर्वक स्वरात म्हणाली.

''आता तुला कसं समजावून सांगू सुमित्रा? प्रत्येक मनुष्यप्राण्याच्या मनात आदर आणि सन्मानाची एक भूक असते. तू म्हणशील की 'ही भूक का असते?' ती आपल्या आत्मविकासाचं एक ध्येय असतं. आपण त्या ब्रह्मांड व्यापून असलेल्या महान सत्ताधीशाचं एक सूक्ष्म अंश आहोत. अंशातही पूर्ण असलेल्यांच्या गुणांचा अंश असणं स्वाभाविक आहे आणि म्हणून कीर्ती आणि सन्मान, आत्मोन्नती व ज्ञान, यांच्याकडे आपला ओढा असणंही तेवढंच स्वाभाविक आहे आणि या अपेक्षेला मी वाईट समजत नाही.''

सुमित्राने त्यांच्यापासून पिच्छा सोडविण्यासाठी नमतं घेतलं, म्हणाली, ''जा बाबा, जा. मी आपल्याशी वाद घालत नाही. मात्र उद्याची काही सोय लावा येताना. माझ्याकडे केवळ एक आणा उरला आहे. ज्यांच्याकडून उधार मिळणं शक्य होतं त्यांच्याकडून आणलं, त्यांची उधारी बाकी आहेच. मला तर आता काहीच उपाय सुचत नाही.''

प्रवीणजी म्हणाले, ''एक-दोन मासिकांकडून माझ्या लेखांचं मानधन येणं बाकी आहे. कदाचित उद्यापर्यंत येतील; आणि समजा नाहीच आलं, तर एक दिवस उपवास करायला काय हरकत आहे? त्याची एवढी चिंता कशाला?

''आपला धर्म आहे काम करणं. आपण काम करीत आहोत, तेसुद्धा प्रामाणिकतेनं. याउपर जर उपवास घडत असेल, तर त्यात आपला काय दोष? मरण येईल, इतकंच ना? असे लाखो लोक रोज मरतात. तरीही जग चाललंच आहे. ते थांबत नाही. मग, आपण मरून जाऊ याचे भय कशासाठी?

''मृत्यू ही भीतीची गोष्ट नाही. मी तर कबीर पंथीयांना आदर्श मानतो. ते लोक गाणी म्हणत, वाद्यं वाजवत प्रेतयात्रा काढतात. मी नाही भीत मृत्यूला. तूच सांग, मी जे काही करतो, त्यापेक्षा अधिक काही करण्याची माझ्यात शक्ती आहे काय?

''सगळं जग शांत झोपलेलं असताना, मी माझी लेखणी परजीत असतो.

लोक हसतात, खिदळतात, आनंद उपभोगतात. मी हे सगळं फिजूल समजतो. गेले कित्येक महिने मला हसलेलं तू पाहिलंस काय? नाही ना? होळी असो की दिवाळी, माझ्या लिहिण्यात खंड नाही.

"तुझ्या आजारपणात वैद्याकडे जायलासुद्धा मला फुरसत मिळाली नव्हती. जग माझ्या तपश्चर्येची कदर करो, अथवा न करो. यात असेलच, तर जगाचंच नुकसान आहे. माझं काय जाते?

"दिव्याचं काम जळत राहून प्रकाश देणं आहे. तो प्रकाश किती दूर पडतो, याची चिंता करण्याचं काम त्याचं नाही.

"माझा असा कोणता मित्र किंवा सगासोयरा नाही, की ज्यांचा मी आभारी नाही? म्हणून घरातून बाहेर पडताना लाज वाटते. आनंद एवढाच आहे, की हे लोक मला बदमाश समजत नाहीत.

"माझी नियत अजून शाबूत आहे. हे लोक मला आणखी मदत करणार नाहीत, परंतु माझ्याविषयी त्यांच्या मनात सहानुभूती आहे, माझं सुख यातच आहे की, आज एका श्रीमंत राजेसाहेबांनी मला निमंत्रण देऊन माझा सन्मान वाढवला!''

त्यानंतर त्यांच्यावर जणू एक नशा चढत गेली. मोठ्या गर्वानं ते बोलले, ''नाही, आता मी दिवसा उजेडीच जाणार. माझ्या गरिबीची मला लाज वाटायचं काय कारण? ती लपवून ठेवण्यात अर्थ नाही. मी याचवेळी जाणार. ज्याला राजेसाहेब निमंत्रण धाडतात, तो 'मी' म्हणजे काही ऐरागैरा माणूस थोडाच आहे? राजेसाहेब मामुली माणूस थोडाच आहे? या शहरातीलच नव्हे, तर भारतातील श्रीमंतांपैकी एक आहे आणि असं असताना जर कुणी मला सामान्य समजत असेल, तर त्या समजणाऱ्यालाच सामान्य म्हणावा लागेल!''

संध्याकाळची वेळ झालेली आहे. प्रवीणजी आपली जीर्ण सफारी आणि जुनेपुराणे जोडे व मळकट टोपी घालून घरातून बाहेर पडले. त्यांचं ते ध्यान विचित्रच दिसत होतं. आकर्षक चेहरा किंवा डामडौल ठीक असलेलं शरीर असतं, तर हेही शोभून दिसलं असतं. स्थूल शरीर असणं काही गैर नाही. ठरावीक उंचीला ते शोभून दिसतं. परंतु लेखक आणि स्थूलता यांचं मुळातच वैर असतं.

जर एखादा स्थूल कवी, लेखक सापडलाच, तर समजावं, की याच्या लिखाणात माधुर्य नाहीच. दिव्याचं काम आहे जळणं. जळताना तो प्रकाश देतो आणि बारीक होत जातो. काठोकाठ भरलेले दिवे हे जळण्यापूर्वीचे असतात,

भरगच्च फुगलेल्या डौलदार शरीरासारखे, गर्व ठासून भरल्यासारखे. ताठा आणि अकड त्यांच्या अंगोपांगी भरलेली असते.

एरवी गल्लीतून जाताना ते दुकानदारांच्या नजरा चुकवून जायचे. परंतु आज मान वर करून त्यांच्या समोरून बिनदिक्कत जात होते. आज ते त्यांना उत्तर देण्यास तयार आहेत. परंतु संध्याकाळी तशीही गिऱ्हाइकांची गर्दी होती. कुणीच त्यांच्याकडे पाहिलं नाही. शिवाय दुकानदारांच्या दृष्टीनं उधारी वसूल करणं ही काही फार जोखमीची गोष्ट होती, असं नाही. त्यातल्या त्यात एका सभ्य माणसाला, जो कुठंतरी जाण्याच्या गडबडीत आहे त्याला भर रस्त्यात टोकणं हे त्यांच्याही नीतीत बसत नव्हतं.

प्रवीणजींनी बाजाराला एक फेरी मारून पूर्ण केली परंतु त्यांचं मन काही भरलं नाही. आणखी एक फेरी मारली तीही निष्फळ ठरली. मग ते स्वत: हाफीज समदच्या दुकानाच्या पायरीवर जाऊन उभं राहिले. हाफीजचं होजिअरीचं दुकान होतं. प्रवीणजींनी बरेच दिवसांपूर्वी तिथून एक छत्री उधारित खरेदी केली होती. तिचे पैसे द्यायचे बाकी होतं.

प्रवीणजींना पाहून हाफीज म्हणाला, ''महाशय, छत्रीचे पैसे अजून मिळाले नाहीत. अशी तुमच्यासारखे पाच–पन्नास गिऱ्हाइकं भेटली, तर कल्याणच होईल आमचं.''

प्रवीणजींच्या मनासारखं झालं होतं. ते याच क्षणाची वाट बघत होते. म्हणाले, ''मी विसरलो नाही हाफीजजी, आताशा काम इतकं वाढलं की घरातून बाहेर पडणं कठीण होऊन बसलं. पैसे फार काही हातांत जरी पडत नसले, तरी आपल्या आशीर्वादानं कदरदान माणसांची काही कमी भासली नाही. चार–दोन माणसं कधीही आजूबाजूला असतातच.

''बघा ना, आतासुद्धा राजेसाहेब, ते हो या गल्लीच्या टोकाला असलेल्या बंगल्यात राहातात, त्यांनी निमंत्रण दिलं आहे भोजनाचं. असं रोज कुठलं ना कुठलं निमंत्रण असतंच.''

हाफीजभाई प्रवीणजींच्या बोलण्यावर प्रभावित झाले. म्हणाले, ''अच्छा, तुम्ही राजेसाहेबांच्या बंगल्यावर जात आहात तर. बरोबरच आहे. आपल्यासारख्या कलाकारांची कदर तेच करणार, दुसरं कोण करणार? आपलीही त्यांच्या मांडीला मांडी लावून बसण्याची पात्रता आहेच की. बरं, या गरिबाची आठवण असू द्या प्रवीणजी. राजेसाहेबांची मेहेरबानी असली म्हणजे कशाची चिंता नाही. केवढा श्रीमंत माणूस. अडीच–तीन लाख तरी वर्षाकाठी कमाई असेल.''

प्रवीणजींना अडीच–तीन लाख अगदीच तुच्छ वाटले. बोलाचाच भात करायचा तर दहा–वीस लाखांना मरण नसावंच. आपलं काय जातं? एवढा मोठा कारभार आहे. पक्कं मकान, दुकान, ठेकेदारी, जमा रोकड, सोनं चांदी आणि सर्वांत महत्त्वाचं म्हणजे सरकार बहादूर साहेबांची मेहेरबानी.

हाफीज आणखी प्रभावित होत गेला. खासकरून प्रवीणजींच्या राजेसाहेबांच्या मनात असलेल्या मानाच्या स्थानामुळे.

म्हणाला, ''अरे मुरादी, जरा प्रवीणजी साहेबांसाठी मसाला पान घेऊन ये बघू लवकर.''

''या, या प्रवीणजी, बसा दोन मिनिट. काही हवं काय? आपली पसंत बोला. दुकान आपलंच आहे समजा.''

प्रवीणजी पान चघळत म्हणाले, ''आता नको, जरा गडबडीत आहे. राजेसाहेबांकडे पोहोचायला उशीर होईल. नंतर कधी तरी येऊ.''

तिथून निघून ते कापडवाल्या दुकानासमोर जाऊन थांबले. मनोहरदासच्या दुकानासमोर. त्यांना पाहून त्यानं भुवया ताणल्या. कित्येक दिवस त्यांचीच वाट बघत होता मनोहरराव. उधारीचे पैसे देण्यासाठी आता आला असावा, असा त्याचा तर्क होता. म्हणाला, ''काय प्रवीणजी, बरेच दिवस दिसला नाहीत. माणूस पाठवला तर घराचा पत्ताच मिळाला नाही. मुनीमजी, जरा बघा तरी यांच्या नावावर किती पैसे आहेत ते.''

एरवी प्रवीणजी या उधारीच्या मागणीला घाबरत होते. परंतु आज जणू काही चिलखत घालून आले होते, त्यावर कुठल्याही अस्त्राचा प्रभाव पडणारा नव्हता. ते म्हणाले, ''जरा राजेसाहेबांकडले निमंत्रण आहे म्हणून तिकडे निघालो. जरा घाईत आहे. तिकडून आल्यावर निवांत बसता, बोलता येईल.''

राजेसाहेबांकडेसुद्धा मनोहरराव दुकानदाराचे बरेच पैसे निघत होते. परंतु मोठ्या माणसाला म्हणणार तरी कसं? मनोहरराव काही कमी नव्हता. एक रुपयाचे तीन रुपये वसूल करणारा लुटारूच होता तो. तो प्रवीणजीला म्हणाला, ''बसा प्रवीणजी, पान तर खाऊन जा. राजेसाहेब काय, एका दिवसापुरते. आपला तर रोजचा व्यवहार आहे. काही कपडे वगैरे हवे असले, तर घेऊन जा. पैशाची काळजी करू नका आणि जमलं तर राजेसाहेबांच्या दिवाणजीला जरा आठवण करून द्या आमच्या पैशांची. दोन वर्षांपासून हिशोब केला नाही. जरा बघाच तेवढं आठवणीनं.''

प्रवीणजी म्हणाले, ''पान राहू द्या आता, उशीर होईल. राजेसाहेब आमचा

एवढा सन्मान करतात, तर आमचं कर्तव्य आहेच ना, त्यांना कष्ट होणार नाहीत असं वागण्याचं. आम्ही तर गुणांची कदर करणाऱ्यांचा मान ठेवतो. पैसे वगैरे महत्त्वाचे नाहीत आमच्यासाठी. जो आपला सन्मान करतो त्याची सेवा करण्यासाठी आम्ही तत्पर असतो. जर कुणाला आपल्या पैशाचा गर्व असेल, तर आम्ही त्यांची पर्वा करीत नाही.''

प्रवीणजी राजेसाहेबांच्या विशाल बंगल्यासमोर पोहोचले, त्यावेळी बराच अंधार झाला होता. दिवे जळत होते, श्रीमंतांच्या मोटारी उभ्या होत्या, द्वारपाल रुबाबदार पोशाखात उभे होते. एका सज्जन पाहुण्यांचं स्वागत करीत होते. प्रवीणजीला पाहून ते थबकले. म्हणाले, ''आपल्याकडे निमंत्रणाची पत्रिका आहे?''

प्रवीणजींकडे पत्रिका होती. परंतु हे विचारणं त्यांना जरा खटकलंच. त्यांनाच का पत्रिका मागताहेत? इतरांना का मागल्या जात नाही?

ते म्हणाले, ''नाही, माझ्याकडे पत्रिका नाही. जर तुम्ही इतर माणसांना मागत असाल, तर मी माझी पत्रिका दाखवू शकतो. अन्यथा हा मी माझा अपमान समजतो. राजेसाहेबांना जाऊन सांगा की प्रवीणजी आले होते आणि दारापासून परत गेले.''

''नाही नाही, महोदय, कृपया आत चला. मला आपली ओळख नव्हती. मला क्षमा करा. आपल्यासारख्या महान व्यक्तीमुळे, तर समारंभाची शोभा वाढते. परमेश्वरानं आपल्याला शब्दांचं असं वरदान दिलेलं आहे की काय सांगावं.''

वस्तुत: या व्यक्तीला प्रवीणजींनी कधी पाहिलेलं. नव्हतं. मात्र तो जे काही बोलला ते प्रत्येक साहित्यसेवकाच्या बाबतीत बोलता येते. आजकाल कुठलाही साहित्यसेवक मात्र अशा अभिप्रायाची अपेक्षा बाळगू शकत नाही.

प्रवीणजी आत पोहोचले. तेथील रोषणाई आणि एकूणच थाटमाट पाहून त्यांचे डोळे दिपून गेले. त्यांना पाहून राजेसाहेबांनी त्यांचं स्वागत केलं. ''या, या, लेखक महाशय. या महिन्याच्या 'हंस' मधील आपला लेख वाचून हृदय हेलावलं. मी तर चकितच झालो. वाटत नव्हतं, की आपल्या या नगरीत आपल्यासारखं रत्न लपलेलं आहे.''

नंतर त्यांनी उपस्थित महत्त्वाच्या व्यक्तींशी त्यांचा परिचय करून दिला. ''आपण महाशय प्रवीणजींचं नाव ऐकलं असेलंच. हेच ते प्रसिद्ध कवी, लेखक प्रवीणजी. काय भाषा आहे, काय माधुर्य आहे, काय चमत्कार आहे, काय भाव आहेत एकेका रचनेत. वाऽ वाऽ, सुंदर. माझा आत्मा तर ते वाचून आतल्या

आत नृत्य करायला लागतो. अतिसुंदर.''

एक सज्जन गृहस्थ इंग्लिश सूट घालून आले होते. प्रवीणजींना ते जणू काही एखाद्या प्राणीसंग्रहालयातील प्राण्यास बघावं तसं बघत होते. ते म्हणाले, ''आपण इंग्रजी महान कवी बायरन, शेले, किट्स, यांच्या साहित्याचं वाचन केलं काय कधी?''

प्रवीणजी रुक्ष स्वरात बोलले, ''होय, थोडंबहुत केलं आहे.''

''या महान कवींच्या इंग्रजी कवितांची आपण अनुवाद केला, तर ती हिंदी भाषेच्या समृद्धीसाठी चांगली गोष्ट होईल.''

प्रवीणजी स्वतःला या बायरन, शेले वगैरेंपेक्षा कमी समजत नव्हतेच. त्या इंग्रजी कवींची भाषा शैली, त्यातील व्यंजनं आदी त्यांच्या संस्कृतीला अनुकूल होतं. त्यांचा आपल्या भाषेत अनुवाद करणं ही बाब आपल्यासाठी काहीच गौरवाची नाही असं त्यांचं मत होतं. ते बोलले, ''आमच्या भूप्रदेशातच एवढं विपुल आत्मदर्शन आहे, की आम्ही इतर देशांना अजूनही खूप काही शिकवू शकतो.''

इंग्रज कवीमहोदयांना अर्थातच ही गोष्ट खटकली. त्यांनी प्रवीणजींना वेड्यात काढलं. राजेसाहेबांनाही प्रवीणजींचे विचार पचनी पडले नाहीत. निदान अशा वेळी तरी त्यांना हे मतप्रदर्शन औचित्याला धरून वाटलं नाही. त्यांनी नाराजीनंच प्रवीणजींकडे एक नजर टाकली. त्यातून त्यांचा रोष डोकावत होता. ते म्हणाले, ''इंग्रजी कवितेची गोष्टच वेगळी. तिची बरोबरी जगातली कुठलीच कविता करू शकत नाही.''

इंग्रजीचे कवी प्रवीणजींकडे कुत्सित नजरेनं पाहत बोलले, ''आपल्या कवींना कवितेचा अर्थच समजला नाही. अजूनही ते विरह आणि शरीराच्या निरनिराळ्या अवयवांचं वर्णन करण्यात शक्ती खर्च करतात.''

प्रवीणजींनी संधी साधून घेतली. ते म्हणाले, ''मला असं वाटतं, की आपण वर्तमानातील कवींच्या कवितेचा मुळीच अभ्यास केलेला नाही. केलाही असेल तर तो वरवरचा.''

या दोन कवींचा संवाद आता वादाकडे वळला होता. राजेसाहेबांना ते थांबवायचं होतं. ते या दोघांना मधेच थांबवत म्हणाले, ''प्रवीणजी, हे मिस्टर परांजपे आहेत आणि यांचे लेख दर्जेदार इंग्रजी वर्तमानपत्रात सातत्यानं छापून येत असतात.''

राजेसाहेबांना म्हणायचं होतं की, आता उगाच वाद वाढवू नका. प्रवीणजी

समजून गेले. त्यांना परांजपेसमोर खाली मान घावी लागली होती. परदेशी भाषेचा हा भक्त खरं तर जातीद्रोह करीत होता. परंतु त्यालाच सन्मान मिळत होता. ही गोष्ट प्रवीणजीना सहन झाली नाही. परंतु आता गप्प बसण्याशिवाय गत्यंतर नव्हतं.

त्याच वेशात आणखी एक सज्जन गृहस्थ आले. राजेसाहेबांनी त्यांचाही सन्मान केला. "डॉक्टर चड्डा. कसे आहात?" डॉक्टरसाहेबांनी राजेसाहेबांचा हात हातांत घेतला. प्रवीणजींकडे बघत ते म्हणाले, "आपला परिचय?"

राजेसाहेबांनी प्रवीणजींचा परिचय दिला. "हे मिस्टर प्रवीणजी आहेत. हिंदी भाषेचे चांगले कवी व लेखक आहेत हे."

डॉक्टरसाहेब केवळ दोनच शब्द बोलले, "बरं बरं, तुम्ही कवी आहात?" आणखी काही न बोलता ते प्रवीणजींना टाळून पुढे निघून गेले.

आणखी एक सज्जन आले. ते नामांकित बॅरिस्टर होते. राजेसाहेबांनी त्यांचा आदर करीत करीत प्रवीणजींचा परिचय त्यांना दिला. त्यांनीही त्याच शब्दांत प्रवीणजींची संभावना करीत ते न बोलताच पुढे निघून गेले. हा अभिनय अनेकवेळा अनेकांनी केला. प्रत्येक वेळा प्रवीणजींना दाद मिळाली, "बरं, तुम्ही कवी आहात तर!"

हे वाक्य प्रवीणजींच्या हृदयावर आघात करीत होते. ते उच्चारताना जे भाव व्यक्त होत होते, त्याची जाणीव त्यांना होत होती. त्याचा सरळ अर्थ असा होता, की तुम्ही कवी लोक बोलाचाच भात अन् बोलाचीच कढी तयार करता, तरी करीत रहा. इथं तुमच्या हजेरीचं काय प्रयोजन? तुम्ही इथं या सभ्य समाजात येण्याचं धाडस करताच कसं!

प्रवीणजींना मनातल्या मनात भलताच राग आला होता. हे निमंत्रण मिळाल्यावर त्यांनी स्वत:ला धन्य समजलं होतं. परंतु इथं जो अपमान झाला होता, त्यापेक्षा आपली समाधानाची झोपडी बरी होती. त्यांनी स्वत:चा धिक्कार केला.

ते मनात म्हणाले, 'माझ्यासारख्या सन्मानाला हपापलेल्यांना हीच शिक्षा योग्य आहे. आता तर डोळे उघडले ना, तुम्ही किती सन्मानाला पात्र आहात ते. तुम्ही या स्वार्थी जगाच्या काहीच उपयोगी पडू शकत नाही. वकील, बॅरिस्टर, डॉक्टर, तुमचा सन्मान कशासाठी करतील? तुम्ही त्यांचे अशील नाही, की काही नाही. तुमची एखादी केस त्यांना लढायची नाही. तुमच्याकडून या डॉक्टरांना मोठ्या फीची अपेक्षा नाही, तुम्ही केवळ पांढरे कागद काळे करायचे, करीत रहा.

या जगात तुमच्या जगण्याचं काही प्रयोजन नाही.

तिकडं मुख्य पाहुण्यांचं आगमन झालं होतं. हे महाशय हायकोर्टाचे न्यायाधीश होते. त्या प्रीत्यर्थच हा समारंभ आयोजित केलेला होता. राजेसाहेबांनी त्यांच्याशी हस्तांदोलन केलं आणि प्रवीणजीच्या कानात हळू आवाजात बोलले, ''तुम्ही तुमची एखादी काव्यरचना लिहून आणली असेलच.''

प्रवीणजी म्हणाले, ''नाही, मी कविता नाही आणली.''

''खरंच, मग तर कमालच केली तुम्ही प्रवीणजी. अरे भल्या माणसा, निदान आता ताबडतोब चार ओळी लिहून काढ. अशा प्रसंगी कवितेच्या चार ओळी वाचून दाखवणं फार आवश्यक आहे.''

''मी इतक्या कमी वेळात नाही लिहू शकत काही.''

''मी उगाच एवढ्या मोठमोठ्या लोकांशी तुमचा परिचय करून दिला. व्यर्थ झालं सारं. अरे मित्रा, निदान कुण्या जुन्या कवीची तरी एखादी कविता ऐकव. इथं कुणाला काय समजतं.''

''नाही राजेसाहेब. मी कुणाचीही कविता म्हणायला भाट नाही आहे. मी कवी आहे.'' असे म्हणत प्रवीणजी तिथून तडक घरी निघून आले. घरात पोहोचले तेव्हा त्यांचा चेहरा प्रसन्न होता. सुमित्राने प्रश्न केला, ''एवढ्या लवकर कसं काय येणं झालं.''

''माझी तिथं काही आवश्यकता नव्हती.''

''चेहरा आनंदी आहे याचा अर्थ खूप मानसन्मान झाला असेल.''

''होय, सन्मान तर जेवढी आशा नव्हती इतका झाला. मी खूश यासाठी आहे, की आज मला चांगला धडा मिळाला.

''मी दीपक आहे आणि माझा जन्म जळण्यासाठी आहे. आज मी या चिरंतन तत्वाला विसरलो होतो. परमेश्वरानं मात्र मला जास्त भटकू दिलं नाही. बरं झालं. माझी ही झोपडी माझ्यासाठी स्वर्ग आहे सुमित्रा. आज मला समजले, की साहित्याची सेवा हीच खरी तपस्या आहे.''

♦ ♦ ♦

१४. विद्रोह

'जर ही उशी दगडाची असती?' रुमा दररोज त्या कापसाच्या उशीला दोन्ही हातांनी दाबून स्वत:लाच विचारायची. जर दगडाची उशी असती, तर त्या आलमारीच्या आरशावर फेकून मारली असती. आरशाची काच चक्काचूर झाली असती आणि तो कुरूप झाला असता कायमचा. चांगली खोड जिरली असती. अशा विचारात रुमा रोज त्या कापूस भरलेल्या उशीला दाबून अर्धमेली करून टाकायची.

जर हाताशी एखादी वजनदार, कठीण वस्तू असती? दगड, नाही तर निदान लोटा, कटोरा तरी. काहीच नाही या खोलीत. असेल तर काय फक्त त्या छोट्या टी-पॉयवर औषधाच्या लहान बाटल्या. चमचे आणि गोळ्या, काचेचा एक छोटा ग्लास आणि मुखशुद्धीसाठी लवंग-इलायचीचा लहानसा डबा. सुपारी खायची तर मनाईच आहे. काय तर म्हणे सुपारी खाल्ल्यानं दम्याची तक्रार उद्भवू शकते. आणखी एक गोष्ट हाताशी असते. एक लहानसा आरसा व प्लॅस्टिकचा कंगवा.

आई, रुमाचे केस विंचरून तिच्या केसांची छानशी वेणी बांधून, तिच्या तोंडाला पावडर लावून, तिच्या हातात तो लहानसा आरसा द्यायची आणि मोठ्यानं हसत म्हणायची, "बघ, कसं फर्स्ट क्लास सजवलं आहे माझ्या राणीला. कोण म्हणेल माझ्या मुलीला काही आजार आहे म्हणून? हा घे कंगवा. केस विस्कळीत झाले, तर केसांवर फिरवून नीट कर."

त्यानंतर रुमाची काढून ठेवलेली साडी व ब्लाउज घेऊन आई अंघोळीसाठी जाते. ती याचवेळी अंघोळ करते. ऑफीसमधून घामाघूम

होऊन आलेली असो की ट्राममधून, बसमधून धक्के सहन करीत थकून आलेली असो. ती रुमासाठी आणलेल्या फळांचं पॅकेट आलमारीवर ठेवून रुमापाशी जरा बसते. तिच्या तोंडावरून हात फिरवत प्रेमानं विचारते, ''काय गं, दुपारी काही त्रास नाही ना झाला?''

अशा वेळी रुमाला आपली आई खूप चांगली वाटते. तिचा थकलेल्या चेहरा, विस्कटलेले केस, दिवसभराच्या थकव्यानं म्लान झालेलं तिचं उतरलेलं तोंड या सगळ्यात रुमाला या सवितेत आपली खरी आई दिसते. म्हणून ती आपलं दिवसभराचं दु:ख आणि वेदनांचा पाढा तिच्यासमोर वाचत नाही. म्हणते, ''नाही, नाही काहीच त्रास नाही झाला.''

''औषध घेतलं?''

''होय, घेतलं.''

''कुणी आलं होतं का? कोण येणार म्हणा.''

सविता दचकून म्हणते, ''नाही-नाही सहज विचारलं. तुझ्या काकूच्या माहेराकडून कधीकधी कुणी येतं ना, म्हणून.''

''ते लोक कधी या खोलीत येतात काय?'' रुमा म्हणाली. तिच्या बोलण्यात किंचित राग होता. सविता आणखी लज्जित होते. पुन्हा सावरून म्हणते, ''येत नाहीत. येणारही नाहीत हे समजतं मला. महाराणी कधी येत असते काय?''

''त्याच त्या गोष्टी रोज रोज काय गं सांगतेस? काय फायदा त्या ऐकून? म्हणेल, 'आले होते संध्याकाळी अंघोळीच्या आधी सहज बघण्यासाठी.'

''आश्चर्य आहे गं बाई.'' पुन्हा एक दीर्घ श्वास घेऊन म्हणते, ''आजारी मुलीला दिवसभर एकटी सोडून मी निघून जाते, वाईट वाटतं गं.''

रुमाला आईचं बोलणं दांभिक वाटतं. नव्या गोष्टी, उत्साहपूर्ण व आनंदाच्या गोष्टी, कदाचित तिच्या स्टॉकमध्ये नसतीलच. हे सर्व संपल्यामुळे कदाचित ती पश्चात्ताप वाटत असल्याचे भासवीत दररोज म्हणत असावी, ''आश्चर्य आहे, आजारी मुलीला दिवसभर एकटी सोडून...''

रुमाला अशा प्रकाराचा खोटा पश्चाताप ऐकण्याचा कंटाळा येऊ लागला आहे आताशा. यापेक्षा तिनं आपला सुकलेला व विस्कटलेल्या केसांचा चेहरा घेऊन माझ्याजवळ बसावं. माझ्या सर्वांगावरून सारखा हात फिरवण्याऐवजी तिचा हात माझ्या हातात देऊन केवळ बसून राहावं. परंतु ती असं करणार नाही. ती माझ्या गालावरून हात फिरवेल, निरनिराळे प्रश्न विचारेल आणि नंतर

माझ्यासमोर बसेल व मला सजवेल.

कितीतरी वेळा रुमा तिला म्हणाली, ''आई, तू एवढी थकूनभागून येतेस, तू आधी अंघोळ करून ये बघू.''

यावर सविता म्हणते, ''नाही, तू एवढी दिवसभर बिछान्यावर बसून घामानं चिंब होतेस.'' रुमा यावर काय बोलणार? ती स्वत:ला सविताच्या हवाली करून देते. सविता तिची साडी बदलून, तिची वेणीफणी करून, तिला सजवून मग अंघोळीला जाते. जाताना तिचे बदललेले कपडे धुवायला नेते. तोपर्यंत आई चांगली वाटते रुमाला.

परंतु जेव्हा अंघोळ करून येते आणि आरशासमोर उभी राहून मान वेळावत सर्वांगावर पावडर फासते व तंग कपडे घालून ओढून-ताणून बटणं लावते, लांबसडक केसांना तेल लावत जे काही हावभाव करते, ते पाहून रुमाच्या तळपायाची आग मस्तकात जाते. अशा वेळी तो आरसा फोडून टाकण्याची तिची इच्छा आणखी प्रबळ होते.

तिला वाटते, की ही कापसाची उशी दगड किंवा वीट बनावी आणि ती त्या आरशावर ताकदीनं फेकून मारावी. चक्काचूर झाला पाहिजे आरशाच्या काचेचा. तिचा राग मनातल्या मनात अनावर होऊ पाहातो. ती सगळा राग औषधाच्या गोळीसोबत गिळून टाकते.

परंतु सविता रोज सकाळी ऑफीसला जाताना याच आरशासमोर उभी राहून कपडे बदलते, नट्टापट्टा करते व तयार होते. पुन: पुन्हा मागे पुढे वळून साडी नीट करते, पावडर लावते. त्यावेळी अशी रक्ताला उकळी नाही येत रुमाच्या. त्यावेळी ओरडून तिला सांगावसे वाटत नाही, की शरम नाही वाटत तुला अशी चेहऱ्याला रगडून पावडर लावायला? तू तर विधवा आहेस ना? तुझी एकमेव मुलगी दोन वर्षांपासून बिछान्यावर खितपत पडलेली आहे ना?

नाही, त्यावेळी रुमा निरखून पाहाते की पावडर फरशीवर जास्त सांडली नाही ना. जास्त पावडर पडली असेल, तर कुणी त्यावरून पाय घसरून पडणार तर नाही ना! पुन्हा तिच्या मनात विचार येतो की, पडलं तर पडलं आणि मुख्य म्हणजे पडायला इथं येतोच तरी कोण?

परंतु संध्याकाळच्या वेळी? ज्यावेळी आई अंघोळ वगैरे करून ट्यूशन घ्यायला सजून-धजून जाते, त्यावेळी रुमाला वाटतं की तिला एक जोराचा धक्का मारून त्याच पावडर सांडलेल्या फरशीवर उताणं पाडावं. तो आरसा तोडून टाकावा, त्याचे तुकडे तुकडे करावेत आणि म्हणावं, ''लाज नाही वाटत

तुला, लाज नाही वाटत?''

तिला वाटतं की ही आधी तर एवढा शृंगार नव्हती करीत, एवढी फॅशनेबल नव्हती राहत. ज्यावेळी विधवा झाली त्यावेळी साध्या साड्या वापरायची आणि बाबांच्या फोटोसमोर सकाळ-संध्याकाळ अगरबत्ती जाळायची. ऑफीसला जाताना त्या फोटोसमोर उभी राहून एकटक खिन्न मनानं बघत असायची.

या सगळ्याचं आता काय झालं? की हे सगळे नाटक होतं? असं तिला सुनवायचं रुमाच्या मनात अनेकदा यायचं.

त्यावेळी रुमा आजारी नव्हती. ती लहान होती जरूर, परंतु तिला हे कळत असे. दुसऱ्या खोलीत राहूनही तिला सर्व समजत होते. त्यानंतर ती आजारी पडली.

आजार जडल्यापासून रुमाला एकेक अनुभव यायला लागला. तिला दिसू लागले, की आपली आई पूर्वीसारखीच रंगीबेरंगी साड्या वापरते आहे, बहुतेक वेळा बाबांच्या फोटोसमोर अगरबत्ती लावण्याची तिला आठवण राहत नाही, जाताना बाबांच्या फोटोकडे ती बघतसुद्धा नाही.

सुरुवातीला या रंगीत साड्या नेसण्याआधी ती उगाच उलट्या सुलट्या करून बघायची व म्हणायची, ''या साड्या ठेवून तरी काय करणार घरात? पडून पडून खराब व्हायच्या. हल्ली साड्या किती महाग झाल्यात, नवीन साड्या विकत घ्यायच्या म्हणजे कठीणच.''

रुमा मनातल्या मनात म्हणायची, आईनं या साड्या नेसल्या तर ती, खरोखरच 'आई' दिसते. म्हणून ती आईने या साड्या नेसल्या तर आईला म्हणायची, ''अगं, नेस गं, तुला ऑफिसात जायचं आहे नं? जरा बरं दिसायला हवं.''

तिचं बोलणं ऐकून सविताला बरं वाटायचं. तरीही ती म्हणायची, ''चांगलं वाटो की वाईट, पैसे तर खर्ची पडलेच ना या साड्या विकत घेताना. उगाच ठेवून ठेवून खराब व्हायच्या.''

परंतु कधी कसा काय कोण जाणे, रुमाच्या इच्छेचा रंग बदलला. तिच्या वर्तनातून तो दिसू लागला. पण कधीपासून बदलला? नेमकं नाही सांगता येत. रुमा यावर स्वतःच विचार करू लागली.

रुमाच्या विचारांची सरमिसळ होऊ लागली. आपल्या आईच्या वागण्यातला बदल कधीपासून सुरू झाला हे ती मेंदूला ताण देऊन आठवू लागली. 'त्या दिवसापासून, ज्या दिवशी सवितानं एक जरीकाठाची साडी विकत आणली? की

त्या दिवसापासून ज्या दिवसापासून सविता बाबांच्या फोटोसमोर अगरबत्ती लावायला विसरली?'

रुमा सतरा वर्षांची झाली होती. आता तिच्यात जाणवण्याइतपत बदल झाला होता. ती काय आपोआप बदलली होती? की तिच्या काका काकूने घालून-पाडून बोलून तिच्या मनावर वाटेल तसे आघात केले होते, म्हणून तिचं वय वाढलं होतं आणि मनही बदललं होतं?

ते लोक त्यावेळी तिच्या खोलीत येत होते. काका व काकू दोघंही येत होते. ज्यावेळी सविता घरात नसायची त्यावेळी यायचे, म्हणायचे,

''तुझी आई बऱ्याच रंगीत साड्या आणते गं हल्ली. महागड्या साड्या असतात तिच्या अंगावर. तिचा पगार असा साड्या-ब्लाउजवर खर्च होत असेल, तर कमालच आहे.''

त्यावेळी आपल्या आईला कुणी काही असं म्हटलेलं रुमाला आवडायचं नाही. म्हणून ती आईची बाजू घ्यायची. तिच्या समर्थनार्थ म्हणायची,

''वा, तिच्या ऑफीसच्या मुली किती महागड्या साड्या नेसतात, माझी आई काय भिकाऱ्यासारखी ऑफीसला जाईल?''

त्यावेळी सगळे हसायचे, म्हणायचे, ''भिकारी आणि महाराणी मधे काही ना काही फरक असतोच की.''

काकू म्हणाली, ''तुझे बाबा, म्हणजे माझे जेठजी, वारले तेव्हा मी माझ्या भारी साड्या वेगळ्या काढून ठेवून दिल्या. विचार केला की तुझ्या आईसमोर म्हणजे माझ्या बहिणीसमोर आपण कसं काय रंगीत साड्या घालून फिरायचं. परंतु आता ती काळजी राहिली नाही बाई.''

एकीकडे दुःख आणि एकीकडे राग यायचा रुमाला. ती भिंतीकडे तोंड करून डोळे मिटून घ्यायची. परंतु आता रुमा बदलली. आता तर ते लोक आले आणि त्यांनी आईची निंदा केली, तर रुमासुद्धा त्यांच्यात भाग घेईल. परंतु आता ते लोक येतच नाहीत. काका तर अजिबात येत नाहीत, काकू संध्याकाळी एकदा अंघोळीच्या आधी डोकावून जाते तेवढंच.

रुमाचा आजार जुना व दुर्धर झाला म्हणून का हे लोक येत नाहीत हल्ली? म्हणून दूर दूर राहातात का हे लोक? की रुमाच्या आईच्या अशा नवीन वागण्याचा त्यांना राग येतो? तरीही ट्यूशन सुरू करण्याआधी आईला बघून राग येत नव्हता त्यांना, त्यावेळी आई घरातच असायची, तिच्या आधीच्या साध्या पोशाखात. त्यावेळी तिच्या छोट्या-मोठ्या खोड्या कुणी मनावर घेत

नसत.

कधीकधी काकू तिकडून बोलवायची. म्हणायची, ''दीदी, जरा पोळ्या लाटायला येतेस काय, स्वयंपाक्याकडून एकट्यानं होत नाहीत बघ.''

त्यावर आई म्हणायची, ''अगं, हे आधी नाही का सांगायचंस, मी आता रुमाच्या पलंगावर तिच्याजवळ बसून आहे.'' असं म्हणत आई रुमाच्या पलंगावर येऊन बसायची. म्हणायची,

'रोग्याच्या पलंगावर बसलेलं असलं म्हणजे ती बोलावणारच नाही.' आपल्या आईच्या या हुशारीवर रुमा खळखळून हसायची.

एकदा सविता रुमाला म्हणाली. ''बघ रुमा, माझ्या मनात आहे की तुला आणखी मोठ्या डॉक्टरला दाखवायचं, तुला चांगली फळं खाऊ घालायचं. महागडी औषधं आणायची. परंतु यासाठी अधिक पैसे हवेत की नाही? संध्याकाळी मला एक घंटा आणखी नोकरी धरावी लागेल. तू म्हणशील तर मी आणखी एक तास बाहेर राहीन.''

रुमा त्यावेळी आईच्या लबाडीला समजू शकली नाही, म्हणून तिच्या या मायावी जाळ्यांत बरोबर अडकली. कारण तिलाही मोठ्या डॉक्टरांकडून इलाज करून घेण्याचं निश्चितच आवडत होतं. ती म्हणाली, ''एक घंटा ना?''

''होय, बस एक घंटा.''

''काय करशील या एका घंट्यात?''

''ट्यूशन करीन.''

रुमानं हे विचारलं नाही की एका घंट्याच्या ट्यूशनच्या पैशात मोठ्या डॉक्टरांकडून उपचार कसे काय करून घेता येतील? तिला असे प्रश्न विचारताच येत नव्हते. फक्त इतकं म्हणाली की, ''कुणाची ट्यूशन घेणार आहेस?''

''एका छोट्याशा मुलाची.''

रुमानं तिला परवानगी दिली. तिचं आता जास्त वेळ घराबाहेर राहणं शक्य झालं होतं. राजरोसपणे ती आपल्या इच्छेनुसार हिंडू लागली.

सविता रुमासाठी मोठमोठे डॉक्टर आणायची. ते लोक म्हणायचे, 'आता तू बरी झालीच समजा.' ते असं म्हणत महागड्या औषधांचं प्रिस्क्रिप्शन लिहून द्यायचे. आई ती औषधं व फळं आणायची.

परंतु रुमाला हे जाणवत होतं, की ती आता बरी होणं शक्य नाही. तिच्या रक्तवाहिन्या जणू सुकून चालल्या होत्या, त्यातून जणू रक्तप्रवाह सुरळीत

होत नव्हता, हातापायाच्या काड्या झाल्या होत्या. का? का? काही कळायला मार्ग नव्हता.

आईच्या त्या तंग ब्लाउजनं झाकलेल्या पाठीकडे बघून रुमाला का विद्रोह करावासा वाटत आहे?

रुमाच्या आईच्या अंगात एवढं भरपूर रक्त आहे आणि रुमाच्या शरीरातील रक्त का सुकून चाललं आहे? का?

ज्यावेळी ती आईच्या उदरात होती आणि तिच्या शरीराच्या एकेका पेशीची वाढ होत होती त्यावेळी आईने तिला रक्त पुरवताना कंजूषी केली होती का? स्वत:कडेच सगळे रक्त ठेवले आणि रुमाला कमी रक्त दिले होते का?

रुमा का सुकत चालली आहे?

आरशात बघून, मान वळवून सवितानं पावडरचा एक पफ मानेवर लावला. त्याचबरोबर आपल्या पुष्ट पाठीवर एक नजर टाकली आणि त्याचवेळी तिची मुलगी रुमा विजेसारखी कडाडली.

"शरम वाटत नाही तुला. शरम नाही वाटत?"

सविताला आश्चर्य वाटलं. एकदम झालेल्या या आघातानं तिच्या हातातील पावडरचा डबा फरशीवर पडला. ती म्हणाली,

"काय? काय म्हणतेस रुमा तू?" तिला वाटलं आपली कमी बुद्धी असलेली ही मुलगी नक्कीच वेडी झाली आहे. ती कशीबशी साडी लपेटून तिच्याजवळ आली आणि म्हणाली, "काय झालं रुमा तुला? काय म्हणतेस बेटी तू?"

परंतु यावेळी रुमा या ममतेच्या जाळ्यात अडकली नाही. तिच्या हातात जरी दगड-विटा नव्हत्या, तरी ती शब्दांच्या बाणांनी आईला घायाळ करणार होती.

रुमा ओरडून म्हणाली, "लाज नाही वाटत वळून वळून आरशात पुन: पुन्हा पाहाताना? विसरलीस का तू विधवा आहेस ते? तुझी एकुलती एक मुलगी मृत्यूच्या छायेत बिछान्यावर खिळलेली आहे. तुझ्या शरीरात रक्तमांसाचं ओझं झालेलं आहे. त्या शरीराला सजवण्यात धन्यता मानतेस तू, शरम नाही वाटत?"

सवितेचा मायाळू चेहरा अचानक बदलला. मृत्युशय्या असली म्हणून काय झाले? त्याच शय्येतून कुणी सुरा खुपसत असेल, तर कोण चूप राहील?

ती म्हणाली, "आपल्या आईला असं म्हणताना तुला नाही वाटत लाज? नाही वाटली शरम?"

"नाही, नाही वाटत शरम. का वाटेल? तू काय आता आई राहिलीस? तू बरबटलीस. जरूर तू कुणाशी तरी दोस्ती केली आहेस. रोज तू त्याच्याकडे असा साजशिणगार करून जातेस. ट्यूशन हा तर एक बहाणा आहे. असं सांगून तू फसवते आहेस. मला व तुला स्वत:लाही."

रुमाला बोलता बोलता दम लागला. ती चूप झाली. त्याचवेळी तिच्या आईच्या मुखावर हास्य पसरलं. नव्हे, ती जोरजोरात हसायला लागली. हसता हसता म्हणाली,

"तुला समजले तर सारं. समजलं की हे सारं नाटक चाललं होतं. बरं झालं. आता माझ्या जिवात जीव आला. या खोट्या विश्वात वावरताना आणि त्याचं ओझं मनावर वाहून नेताना थकून जात होते मी.

"तू बरोबर बोलत आहेस. मी खरोखरच वाईट आहे. मी एका पुरुषासोबत मैत्री केली आहे. त्याच्यासोबत मी निघून जाईन. केवळ तुझ्यामुळे असं नाही करू शकत. तू कदाचित तो आघात सहन करू शकणार नाहीस, मरून जाशील. म्हणून मी स्वत:ला रोखत होते. त्यालाही ठगवत होते. मोठमोठ्या रकमा घेत होते, त्याच्यासोबत पळून जाण्याची लालूच दाखवत."

रुमा तिचं छद्मी हास्य पाहून आणखी त्वेषानं म्हणाली, "आणि त्याच रुपयातून मला फळं खाऊ घालत होतीस, डॉक्टर आणत होतीस. का? आधी ही गोष्ट माझ्या ध्यानात कशी आली नाही. किती सोपा उपाय होता. इतके दिवस अशी मेहनत करावी लागली नसती... इतका त्रासही झाला नसता...!"

❖ ❖ ❖

१५. प्रभूकृपा

शहरापासून दूर नदीच्या काठावर एक लहानसं मंदिर बांधलेलं होतं. काहीशा उंचावर असलेल्या या मंदिराला चारी बाजूंनी भिंत बांधून बंदिस्त केलेलं होतं. भिंतीला लागूनच रंगीबेरंगी फुलझाडांची लागवडसुद्धा केलेली होती, आजूबाजूला मोकळं रान होतं.

स्वच्छ, सुंदर, ताजी हवा या परिसरात सतत खेळत असायची. एक रमणीय असं ते ठिकाण होतं. लोकांची सतत ये-जा असायची. क्षणभर तिथं बसलं की श्रमपरिहार झाल्यासारखं वाटायचं. देवदर्शनामुळे चित्ताला समाधान मिळायचं ते वेगळंच.

कम्पाउंडच्या भिंतीला लागूनच डाव्या बाजूने एक पक्की सडक गेली होती. ती नागमोडी वळणं घेत गर्द झाडीत लुप्त झालेली दिसायची. उजव्या बाजूच्या भिंतीजवळ लोकांना बसवण्यासाठी काही बेंच ठेवण्यात आले होते, दोन मोठे वृक्ष होते. त्यांची सावली या बेंचवर विराजमान झालेल्यांना पुरायची. संध्याकाळ झाली रे झाली, की ते बेंच माणसांनी भरून जायचे. पलीकडे बाभळीची दाट झाडी होती.

या दोन वृक्षांखाली दोन भिकारी दररोज दिवसभर बसून असायचे. त्यांच्यासमोर ॲल्युमिनियमचे दोन कटोरे ठेवलेले असायचे, देवदर्शन करून निघताना भक्तजन त्यात पैसे टाकायचे. दोघांच्या जवळ एकेक स्टीलची बादली होती, ते दोघेही पांढरं धोतर नेसायचे. भीक मागून उदरनिर्वाह करणं हा त्या दोघांचाही समान धंदा होता आणि तीच त्यांची दिनचर्या होती.

असं असलं तरी त्या दोघांत सर्वच काही समान होतं असं नाही. त्यांच्या व्यक्तिमत्वात

बराच फरक होता, वेगळपण होतं. त्या दोघांमधला एक होता धन्ना. त्याचे खिचडीसारखे काळेपांढरे केस होते. तो दुबळा, पतला, कमजोर वाटावा असा दिसत होता. त्याच्या मुखावर देवीचे व्रण होते. शिवाय मानेपासून पोटापर्यंत सर्वांगावर कसलेसे लालसर, काळसर चट्टे व काही जखमा होत्या. त्या जखमांमधून क्वचित रक्त, पातळसा द्रव किंवा पू निघत असे.

सर्व शरीर अशा लाल-काळसर चट्ट्यापट्ट्यांनी व्यापल्यामुळे तो विद्रूप दिसायचा. त्याला कोणता तरी विचित्र रोग झाल्याचं लगेच लक्षात येत असे. त्याला पाहाताक्षणीच घृणा वाटावी, असा भेसूर दिसायचा तो. परंतु परमेश्वराच्या दर्शनाला आलेले सज्जन लोक त्याची घृणा न करता त्याच्यावर दया करायचे. मंदिराची पवित्र जागा व मंगलमय वातावरण ही दया उत्पन्न करायला साहाय्यभूत व्हायचे. परिणामी त्याला दोन पैसे भीक जास्तच मिळायची.

दुसरा बिरजू. तो मात्र धन्नापेक्षा संपूर्ण वेगळा होता. दिसायला दांडगट, उंचापुरा आणि देखणा! धोतराच्या वर असलेलं तंदुरुस्त शरीर, भरपूर उंची, मुखावर तेज, अंगभर मांस असं सगळं काही त्याच्यापाशी होतं. त्याच्या एकूणच देहयष्टी व स्वरूपावरून तो भीक देण्यासाठी मुळीच लायक वाटत नसे. त्यातल्या त्यात धन्नाच्या बाजूला बसल्यामुळे, तर तो भिकारी या संज्ञेच्या स्पर्धेत अगदीच मागे पडत असे.

हातापायाच्या काड्या झालेला धन्ना, अंगभर रोगाचे चट्टे असलेला धन्ना हा केव्हाही बिरजूपेक्षा भिकारी म्हणून सरसच वाटत असे. भिकाऱ्याला हवे असलेले गुण किंवा अवगुण म्हणा, ते धन्नामध्ये होते. बिरजूमध्ये भिकारी म्हणावे अशी एकही खूण दिसत नव्हती. अर्थात त्या दोघांचीही वृत्ती निखालस भिकाऱ्याची होती हेच काय ते त्या दोघांत साम्य होतं.

दिवसभर लोक धन्नाच्या कटोऱ्यात जास्त भीक घालायचे व त्याच्या तुलनेत बिरजूच्या कटोऱ्यात मात्र फारच कमी भीक पडत असे. शिवाय लोक बिरजूकडे काहीशा हेटाळणीनं बघायचे. धडधाकट, दणकट शरीर असलेल्या माणसानं भीक का मागावी? ही बघणाऱ्यांची रास्त भावना होती.

याउलट धन्नाबद्दल लोकांची, विशेषत: स्त्रियांची, भावना कमालीची कळवळ्याची होती. कुठल्यातरी रोगाने जर्जर झालेला हा कृष माणूस काबाडकष्ट करू शकत नसल्यामुळे, भीक मागण्याशिवाय तो करू तरी काय शकतो? देवानं त्याच्या नशिबात हे काय वाढून ठेवलं आहे? बिच्चारा! त्याला आपसूकच सहानुभूती मिळायची.

परंतु वास्तव वेगळंच होतं. धन्नाला भीक जास्त मिळत होती म्हणून तो बिरजूपेक्षा समृद्ध होता. तो खाण्यापिण्याची चंगळ करायचा. चांगलं सकस अन्न खायचा. शिवाय दारू, गांजा, चिलीम याचाही शौक पूर्ण करायचा. बिरजूच्या कटोऱ्यात कमी भीक पडत असल्यामुळे त्याची आर्थिक स्थिती नाजूक असायची. अनेकदा त्याला पुरेसे अन्न मिळण्याची मारामार व्हायची.

वस्तीपासून दूर असलेल्या या मंदिराच्या परिसरातील या दोन भिकाऱ्यांचं जग लहानसं होतं. त्यांची व्यावसायिक स्पर्धा तशी मर्यादितच होती. मात्र या भावनेतच ते निरंतर जगत होते. त्या दोघांमध्ये अनामिक अशी आंतरिक स्पर्धा सुरू होती.

धन्नाला आपल्या विद्रूप शरीराच्या देणगीमुळे जास्त भीक मिळत असल्यामुळे तो आपल्या सडक्या शरीरावर बेहद्द खूश होता. जणू काही एखादी रूपवती आपल्या सौंदर्यावर खूश असावी आणि त्याचा तिला मनोमन अभिमान वाटावा, तसंच काहीसं धन्नाला वाटायचं.

परंतु हा विचार केवळ एका बाजूनंच होत नव्हता, तर बिरजूसुद्धा असाच काहीसा अफलातून विचार करीत होता. आपलं व्यवसायातलं मागासलेपण त्याला धन्नाविषयी ईर्ष्या करायला प्रवृत्त करीत होते. धन्नाच्या सडक्या, घाणेरड्या शरीराविषयी त्याला द्वेष वाटत होता. एखादी कुरूप बाई दुसऱ्या एखाद्या सुंदर बाईविषयी सतत मनातल्या मनात द्वेष करीत असते, तसं बिरजूचं झालं होतं.

तो धन्नाच्या बाजूलाच बसलेला असताना धन्नाच्या कटोऱ्यात पडत असलेली जास्त भीक ही त्याच्या अस्वस्थतेचं कारण व्हायची. धन्नाच्या कटोऱ्यात पडलेल्या नाण्याचा खण्णकन आवाज त्याच्या हृदयाला बंदुकीच्या गोळीसारखा भेदून जायचा, भीक जास्त मिळण्यासाठी तो खूप दु:खात असल्याचं नाटक करायचा, आवाजात अधिकाधिक आर्जवं आणून हात पसरायचा. परंतु धन्नाच्या देहप्रभावापुढे त्याचे प्रयत्न विफल व्हायचे. प्रत्येकवेळी धन्नाची जीत आणि बिरजूची हार व्हायची. बिरजू आणखी दु:खी व्हायचा.

बिरजूच्या दु:खाचे कारण कधीकधी धन्नाही होत असे. तो मुद्दामहून त्याच्यासमोर बसून चांगलं जेवण घ्यायचा. त्याचवेळी बिरजू कोरड्या भाकरी खायचा. आपल्या चांगल्या, रुचकर अन्नातलं थोडं फार बिरजूलाही द्यावं असं काही धन्नाला वाटलं नाही. तो चांगल्या प्रकारची दारू पीत बसलेला बिरजूनं पाहिला की त्याची ईर्ष्या वाढायला लागायची. त्याचीही इच्छा दारू पिण्याची व्हायची, परंतु धन्नाकडून आमंत्रण नसल्यामुळे तो मनोमन खट्टू व्हायचा. आपली

इच्छा मनातल्या मनात मारायचा. मात्र हे कारण त्याची धन्नाबद्दलची ईर्ष्या आणखी वृद्धिंगत व्हायला पुरेसं असायचे.

कधीकधी बिरजू फार पुढचा विचार करायचा. त्याला वाटायचं की धन्नाचा हा आजार आणखी किती दिवस टिकणार आहे? तो शाश्वत थोडाच आहे? एक ना एक दिवस त्याचा शेवट ठरलेलाच आहे.

तो धन्नाच्या अगदी जवळ बसून त्याच्या या आजाराविषयी चौकशी करायचा. परंतु धन्ना नेहमी म्हणायचा, की त्याला या आजारामुळे काहीच त्रास होत नाही. एवढं मात्र खरं की हा आजार संसर्गजन्य आहे आणि त्याचा फैलाव निश्चित लवकर होऊ शकतो. आता या निर्जन ठिकाणी कुठली आली घरं आणि कुटुंबं आजार पसरायला?

बिरजूला यावर मनोमन फार वाईट वाटायचं. असं होत राहिलं तर आपलं सगळं जीवनच संपून जाईल. आपल्यात भिकारीपणाची काहीच लक्षणं नाहीत व त्यामुळे भीक कमी मिळते ही त्याच्यासाठी फारच त्रासदायक गोष्ट होती. यातून आपली सुटका व्हायला हवी असाच विचार तो सतत करायचा.

कधीकधी त्याला वाटायचं की ही जागा सोडून दुसरीकडे भीक मागायला जावं. परंतु त्याला लगेच वाटायचं की इथं तर आपण दोघंच आहोत. इतरत्र अनेक भिकारी असतील. म्हणून दुसरीकडे जाण्याचा त्याचा विचार तत्काळ लोप पावत असे.

एकदा असाच विचारात मग्न असताना बिरजूला रात्रभर झोप आली नाही. विचारा विचारात सकाळ उजाडली. मात्र त्या सकाळी तो खूप खूश होता. त्यानं पाहिलं की धन्ना अजून झोपेतच होता. त्यानं झटपट चूल पेटवून चहा तयार केला. धन्ना उठायच्या आधीच त्यानं एक कप चहा धन्नासाठी त्याच्या अगदी बिछान्यावर नेला.

धन्नाला बिरजूच्या या आदरतिथ्याचं आश्चर्य वाटलं खरं, पण तो काही बोलला नाही. त्यानं चहा पिऊन टाकला. त्या दिवसापासून बिरजू त्याच्याशी फार मिळून मिसळून वागू लागला ते दोघंही सोबत सोबत जेवण घेऊ लागले. रात्री उशिरापर्यंत गप्पा मारू लागले. बिरजू तिथंच धन्नाच्या अंथरुणात झोपू लागला. एवढंच नाही तर बिरजू धन्नाच्या जखमांवर तेल लावून देऊ लागला.

बिरजूच्या वागण्यातला बदल धन्नाच्या लक्षात आला. बिरजू त्याची सेवाशुश्रूषा करीत होता म्हणून त्याला वाईट वाटायचं. हा आजार संसर्गजन्य आहे असंही त्यानं बिरजूला बजावले. हा आजार त्यालाही होऊ शकतो, अशी

भीतीही घातली. परंतु बिरजू काही ऐकायला तयार नव्हता. त्याचे मित्रप्रेम दिवसेंदिवस उफाळून येत होतं.

तो धन्नाचे घाव, जखमा साफ करून बेफिकीरपणे वागायचा. हात स्वच्छ धुवायचा नाही, की स्वच्छतेची काळजी घ्यायचा नाही. धन्नाला हे सगळं विचित्र वाटू लागलं. सुरुवातीला फारसं वावगं वाटलं नाही. नंतर मात्र यात त्याला हे सारं अनाकलनीय वाटलं. म्हणून त्यानं आपला बिरजूशी असलेला व्यवहार पुन्हा बदलला. तो त्याच्याशी पूर्वीसारखंच तुटक तुटक वागू लागला. असेच दिवसांमागून दिवस गेले.

एक दिवस बिरजू झोपेतून उठला, तेव्हा त्याला आपल्या पायावर थोडी चुणचुण जाणवली. धोतर वर करून पाय, मांड्यांवर निरखून पाहिलं. त्याच्या जांघेत लालसर-काळसर चट्टे दिसू लागले होते. त्याने ताबडतोब धन्नाला झोपेतून उठवलं आणि ते चट्टे दाखवले.

धन्ना अर्धवट झोपेत होता. मात्र बिरजूच्या मांड्यांवरचे चट्टे पाहून दचकलाच. तो किंचाळत उठला आणि म्हणाला, "काय केलंस रे बिरजू हे? झालाच ना तुला हा जीवघेणा आजार! तरी मी म्हणत होतो, हा संसर्गजन्य आजार आहे म्हणून. मी तुला वारंवार सांगत होतो की माझ्या जखमांना हात लावून नकोस म्हणून. परंतु तू काहीच ऐकलं नाही. आता या रोगातून तुझी सुटका नाही. आता बस भोगत."

बिरजू जरा दचकलाच. त्याच्या छातीत धडकी भरली. तो धन्नाला म्हणाला, "तुला पण सुरुवातीला असंच झालं होतं का रे?"

"होय रे, बिलकूल असंच."

बिरजू यावर काहीच बोलला नाही. तो न बोलता उठला आणि धीम्या पावलांनी चालत मंदिराच्या गाभाऱ्यात गेला. धोतराच्या गाठीत एक रुपया होता तो त्यानं बाहेर काढला आणि देवापुढे ठेवत म्हणाला,

"देवा, तू माझी प्रार्थना ऐकलीस, तू खूप दयावान आहेस, तुझ्या कृपेमुळे मला हा आजार मिळाला. माझ्या आयुष्यात आता चांगले दिवस येतील. आता थोड्याच दिवसात माझं शरीर धन्नाच्या शरीरासारखं होईल. मग लोक माझ्यावर दया दाखवतील. माझ्या कटोऱ्यात जास्त पैसे टाकतील."

बिरजूचा कंठ दाटून आला. तो पुढे काही बोलूच शकला नाही. तो आज खूप खूष होता, खूष खूष !

◆ ◆ ◆

अल्प परिचय

नाव : सदानंद आकाजी सिनगारे, निवृत्त प्रवर अधीक्षक डाकघर. (प्रथम वर्ग, राजपत्रित) केंद्र सरकार.

शिक्षण : बी. ए.

जन्म तारीख : ३१ जानेवारी १९४९

पत्ता : जिजामाता मार्ग, सिव्हिल कोर्टाजवळ, खामगाव, ४४४३०३, जि. बुलढाणा.

मोबा. नं. : ९४२२५६८१२७

इ. मेल : sa.singare@gmail.com

प्रकाशित साहित्य

अ.क्र.	पुस्तकाचे नाव	प्रकार	वर्ष	प्रकाशन
१	आभाळाचे रंग	कवितासंग्रह	१९९७	एकमत, अकोला
२	सिंहासन	कवितासंग्रह	१९९९	कलम प्रकाशन, पुणे
३	अंधारगुहा	कथासंग्रह	२००३	डिंपल, मुंबई
४	डिफेस	कवितासंग्रह	२००३	डिंपल, मुंबई
५	चिरे पायरीचे	कवितासंग्रह	२००६	डिंपल, मुंबई
६	गुंतलेले धागे	ललितलेख	२००६	पूजा, जळगाव. जा.
७	परतीचे ॠतू	कवितासंग्रह	२००९	पूजा, जळगाव. जा.
८	सुखाच्या सावल्या	ललित लेख	२००९	कीर्ती, औरंगाबाद
९	अरण्यकाळोख	कादंबरी	२००९	स्वरूप, औरंगाबाद
१०	डॉलरचे झाड आणि कथा	कथासंग्रह	२०१०	मैफल, भुसावळ
११	संस्कारक्षम कथा	बालकथा	२०१०	पूजा, जळगाव. जा.
१२	गोष्टीरूप राजा छत्रपती	बालकथा	२०१०	पूजा, जळगाव. जा.
१३	मु. पो. खेर्डा	आत्मकथन	२०११	मधुराज, पुणे.
१४	काही शोध काही बोध	बालकथा	२०११	पूजा, जळगाव. जा.
१५	संधिकाली या आशा	वैचारिक	२०१३	दिलीपराज, पुणे.
१६	भारतीय डाक पत्रांचा इतिहास		२०१४	लोकवाङ्मय गृह, मुंबई

प्रकाशनाच्या वाटेवर

१. कफन आणि इतर अनुवाद कथा.
२. वाघुरकाठचा तपस्वी. पद्मश्री. श्री. भवरलालजी जैन यांचे चरित्र.

पुरस्कार, सन्मान

१. विदर्भ साहित्य संघाचा गो. रा. दोडके ललित गद्य पुरस्कार : गुंतलेले धागे.
२. अंकुर साहित्य पुरस्कार, ललित गद्यासाठी : गुंतलेले धागे
३. शब्दरंजन पुरस्कार भिवंडी ठाणे, शब्द रंजन पुरस्कार : आभाळाचे रंग
४. शब्दरंजन पुरस्कार भिंवडी ठाणे : डिफेस व सिंहासन काव्यसंग्रहास.
५. तुका म्हणे ग्रंथ परीक्षण पुरस्कार, बुलडाणा.
६. कवी अनंत फंदी पुरस्कार, संगमनेर : 'मु. पो. खेर्डा' या आत्मकथनास.
७. भि. ग. रोहमारे ट्रस्ट ग्रामीण साहित्य पुरस्कार कोपरगाव : मु. पो. खेर्डा या पुस्तकास.
८. बुलडाणा जिल्हा शिवसेना साहित्य रत्न पुरस्कार.
९. स्व. शशिकलाताई स्मृती बालसाहित्य पुरस्कार : काही शोध काही बोध २०१०
१०. तापी पूर्णा उत्कृष्ट साहित्य लेखन पुरस्कार, मुक्ताईनगर : मु. पो. खेर्डा या पुस्तकास.
११. अध्यक्षपद, बुलडाणा जिल्हा साहित्य संमेलन, २००४
१२. इतर लेखनासाठी लहान- मोठे ४८ साहित्य पुरस्कार.
'लोकसत्ता, 'लोकमत,' तरुण भारत, 'देशोन्नती,' 'लोकशाही वार्ता' इत्यादी वृत्तपत्रांतून लेखन.
'मौज,' 'कवितारती,' 'साहित्य,' 'हंस,' 'गंधाली,' 'गावकरी,' 'सत्याग्रही विचारधारा,' 'युगांतर,' 'आंदोलन,' मुलांचे मासिक, 'किशोर,' 'रुची' अनुष्टुभ,' इत्यादी दिवाळी अकांतून, नियतकालिकांतून सातत्याने लेखन प्रकाशित.
१३. 'संधिकाली या अशा' या वैचारिक लेखनाच्या पुस्तकास महाराष्ट्र राज्य शासनाचं २०१३ चा उत्कृष्ट लेखनाचा 'भाई माधवराव बागल पुरस्कार' मिळाला आहे.